பிசினஸ் டிப்ஸ்

சதீஷ் கிருஷ்ணமூர்த்தி

அமெரிக்காவில் டெம்பிள் யுனிவர்சிடியில் எம்.பி.ஏ. படித்தவர். கவின்கேர், கிரிக்இன்ஃபோ, ரிலையன்ஸ் போன்ற நிறுவனங்களில் மார்க்கெட்டிங் துறையில் முன்னணிப் பதவிகளை வகித்தவர். மெக்கேன் எரிக்ஸன், முத்ரா போன்ற விளம்பர நிறுவனங்களில் மேலாளராகப் பணி புரிந்தவர். தற்போது சிறிய மற்றும் நடுத்தர நிறுவனங்களுக்கு மார்க்கெட்டிங் ஆலோசகராக இருக்கிறார். அத்துடன் பிரபல நிர்வாகவியல் கல்லூரிகள், தொழிற்துறை சங்கங்கள் மற்றும் கம்பெனிகளில் மார்க்கெட்டிங் துறையில் பாடங்களும் பயிற்சி வகுப்புகளும் நடத்துகிறார். இவரைப் பற்றி மேலும் அறிந்துகொள்ளவும் இவருடைய ஆங்கில மற்றும் தமிழ் கட்டுரைகளைப் படிக்கவும் www.satheeshkrishnamurthy என்ற வெப்சைட்டைப் பார்க்கவும்.

பிசினஸ் டிப்ஸ்

சதீஷ் கிருஷ்ணமூர்த்தி

பிசினஸ் டிப்ஸ்
Business Tips
Satheesh Krishnamurthy ©

First Edition: September 2019
128 Pages
Printed in India.

ISBN: 978-93-5135-024-8
Kizhakku 1161

Kizhakku Pathippagam
177/103, First Floor, Ambal's Building, Lloyds Road,
Royapettah, Chennai - 600 014. Ph: +91-44-4200-9603
Email : support@nhm.in | Website : www.nhm.in

 kizhakkupathippagam | kizhakku_nhm

Author's email id: satheeshkrishnamurthy@gmail.com

Cover Image: Shutterstock ©

Kizhakku Pathippagam is an imprint of New Horizon Media Private Limited

என்னை ஏகலைவனாக்கி
ஏகப்பட்ட பிசினஸ் டிப்ஸ் தரும்
ஏராளமான பிசினஸ் எழுத்தாளர்களின்
எண்ணங்களுக்கும் எழுத்துகளுக்கும்

உள்ளே

முன்னுரை

குளத்தில் அல்லது ஏரியில் வாத்துகள் நீந்திச் செல்வதைப் பார்த்திருப்பீர்கள். கரையிலிருந்து பார்க்கும்போது வாத்து சாந்த சொரூபியாய் எவ்வித பரபரப்பும் இல்லாமல் இன்னும் சொல்லப் போனால் எந்த ஒரு முயற்சியும் செய்யாமல் அதுவாகச் செல்வது போல் அழகாகத்தான் இருக்கும்.

அது எப்படி, எந்த முயற்சியும் இல்லாமல் அதுபாட்டுக்கு வாத்தால் நகர முடிகிறது? யாராவது அதைக் கயிற்றைக் கட்டி இழுக்கிறார்களா?

கயிறும் இல்லை, தயிரும் இல்லை. தண்ணீருக்கு மேல் எவ்விதப் பரபரப்பும் இல்லாமல் நகர்வதுபோல் தெரியும் வாத்து தண்ணீருக்கு அடியில் செய்யும் அலப்பறை நம் கண்களுக்குத் தெரிவதில்லை. தன் கால்களைத் துடுப்புபோல் மாற்றித் தண்ணீரைத் தள்ளிப் படகைச் செலுத்துவதுபோல் அது செய்யும் செயல்கள் நம் கண்ணுக்குத் தெரிவதில்லை, அவ்வளவே!

அந்த வாத்தைப்போல்தான் தொழிலதிபர்களும். மேலோட்டமாய்ப் பார்க்கும்போது மற்றவர் கண்களுக்கு அவர்கள் தங்கள் தொழிலை அமைதியாய் ஆரவாரமில்லாமல் நடத்திச்செல்வதுபோல்தான் தெரியும். ஆனால் அவர்கள் மனதிலுள்ள படபடப்பும் தொழிலில் மறைந்திருக்கும் பரபரப்பும் அதை நிர்வகிக்க அவர்கள் படும் பிரம்பபிரயத்தனமும் மற்றவர்களுக்குத் தெரிவதில்லை.

தொழிலதிபர்களின் வெற்றி மட்டுமே வெளிச்சத்துக்கு வருகிறது. அவர்கள் படும் இன்னல்கள், செய்யும் முயற்சிகள் தண்ணீருக்கு

அடியில் யாருக்கும் தெரியாத வாத்தின் கால்களின் செயல்பாடு போல் மறைந்திருக்கின்றன!

தொழிலதிபர்களுக்கு மட்டுமே தெரியும், வெற்றிக்கு வழி அத்தனை எளிதல்ல என்று. அயராத உழைப்பு, தியாகம், டென்ஷன் என்று எத்தனை கஷ்டப்பட்டாலும் வெற்றி அவர்களுக்கு லேசில் கிடைப்பதில்லை. படிப்பினைகளும் பாடங்களும்தான் மிஞ்சுகின்றன. அனுபவங்கள் மட்டுமே மீதமிருக்கின்றன. பெற்ற படிப்பினைகள் மூலம் பாடம் படித்து முன்னேறலாம்தான். ஆனால் எத்தனை காலம் படிப்பினைகள் பெற்று பொறுமையாக ஊர்ந்து முன்னேறுவது. மேற்கு இந்திய முன்னால் வேகப்பந்து வீச்சாளர் 'மைக்கேல் ஹோல்டிங்' அழகாகக் கூறினார்: 'வேகப்பந்து வீச்சு என்பது கொஞ்சம் கொஞ்சமாகக் கற்றுக்கொள்வது. அனைத்தையும் கற்று முடிக்கும்போது வேகமாகப் பந்து வீச முடியாதபடி வயதாகிவிடுகிறது'!

அத்தனை அனுபவங்களையும் அலேக்காய் ஒருவரால் மட்டுமே பெறமுடியாதுதான். மொத்தப் பாடங்களையும் படிப்பினைகளை யும் ஒருவர் மட்டுமே கற்றுக்கொள்ளமுடியாதுதான். ஆனால் பட்டவர்களைப் பார்த்துப் பாடம் பயிலலாமே. கற்றவர் கூறுவதைக் கேட்டு அதிலிருந்து கற்றுக்கொள்ளலாமே. வென்றவர் பாதையைப் படித்து அதிலிருந்து வெல்லும் வழியைப் புரிந்து கொள்ளலாமே. 'மற்றவர் செய்யும் தவறிலிருந்து பாடம் பயிலுங்கள். ஒரே ஆயுளில் எல்லாத் தவறுகளையும் ஒருவரால் மட்டுமே செய்ய முடியாது என்பதால்' என்றார் எலீனார் ரூஸ்வெல்ட்.

தொழிலதிபர்களாய் நீங்கள் சகட்டுமேனிக்குத் தவறுகள் செய்கிறீர்கள். அதில் எந்தத் தப்புமில்லை. அனைவரும் செய்கிறார்கள். ஆதலால் நீங்கள் செய்தால் மட்டும் பெரிய குற்றமாகிவிடாது. ஆனால் அதிலிருந்து பாடம் பயிலாமல் மீண்டும் அதே தவறுகளைச் செய்கிறீர்கள் பாருங்கள், அதுதான் மன்னிக்க முடியாத குற்றம். 'தான் செய்யும் தவறுகளிலிருந்து திருத்திக்கொள்ளாதவன் அதே தவறை மீண்டும் மீண்டும் செய்ய விதிக்கப்படுவான்' என்றார் தத்துவ ஞானி 'ஜார்ஜ் சண்டாயனா'.

இப்புத்தகம் நீங்கள் செய்யும் தவறுகள் பற்றியதல்ல. பயப்படாதீர்கள். மற்றவர்கள் செய்த தவறுகளின் தொகுப்பு. தவறு நடந்த காரணங்கள் பற்றியது. அந்தத் தவறுகளைச் செய்யாமல் இருக்கும் வழிகளைப் பற்றியது. இரண்டாவது முறை செய்யும் போதுதான் அதற்குப் பெயர் தவறு. முதல் முறை செய்வதற்குப்

படிப்பினை பெறும் வாய்ப்பு என்று பெயர். இப்புத்தகம் உங்கள் பிசினஸில் அதே தவறுகளைச் செய்யாமல் தடுக்க ஒரு வாய்ப்பு.

வெற்றிக்கு ஒரு விசேஷ குணம் உண்டு. அது செல்லும் திசை பற்றித் துப்பு தந்துவிட்டுத்தான் செல்கிறது. எல்லாருக்கும் வெற்றி எளிதில் கிடைப்பதில்லை என்றாலும் அவர்கள் சென்ற வழி மற்றவருக்கு வெளிச்சம். அவர்கள் சென்ற வழி மற்றவர்களுக்குப் பாதை. அப்படித் தொழிலில் வெற்றி பெற்றவர்களின் வழிகளையும் விஷயங்களையும் இப்புத்தகத்தில் படிக்கப் போகிறீர்கள்.

தொழில் செய்யும் விதங்கள்பற்றிப் பொருளாதார நிபுணர்கள் முதல் உளவியலாளர்கள்வரை பலர் பலவிதக் கோட்பாடுகளை, வழிகளைப் படைத்திருக்கிறார்கள். பிசினஸைத் திறம்பட நடத்த ஏதுவான சின்ன சின்ன ரகசியங்களை விட்டுவிட்டுச் சென்றிருக் கிறார்கள். இப்புத்தகம் அப்படிபட்ட கோட்பாடுகளின் தொகுப்பு.

இப்புத்தகத்தில் நீங்கள் படிக்கப்போகும் கோட்பாடுகள் மகா சிம்பிளானவை. உங்கள் தொழில் திறனை உயர்த்த நீங்கள் செய்ய வேண்டிய சின்ன விஷயங்களின் கோர்வை. சாம்பிளுக்குச் சில...

உங்கள் அறிவே உங்களுக்கு வில்லனாக அமையும்விதத்தை அதை ஆட்கொள்ளும் வழியை உணர்வீர்கள்.

உங்கள் வியாபாரம் செழிக்க மீண்டும் ஒரு முறை ஹனிமூன் சென்றால் தேவலை என்று புரிந்துகொள்ளப்போகிறீர்கள்.

உங்கள் பணியாளர்கள் உத்வேகத்துடன் உழைக்க என்றோ நடந்து முடிந்த உங்கள் முதல் இரவை நினைத்துப் பார்க்கப் போகிறீர்கள்.

உங்கள் தொழில் வளர்ச்சிக்கும் உங்கள் மனைவியின் லாவண்டர் ப்ளவுஸுக்கும் உள்ள தொடர்பை அறியப் போகிறீர்கள்.

இப்படியெல்லாம் சொல்வதால் இப்புத்தகத்தைப் படித்து முடிக்கும்போது உங்கள் தொழிலை இரட்டிப்பாக்கும் வழி தெரியும் என்று கூறவில்லை. இன்னும் சொல்லப் போனால் அதுவல்ல என் நோக்கம். அதற்கு நான் எழுதியிருக்கும் மற்ற புத்தகங்களை வாங்கிப் படியுங்கள்.

இப்புத்தகம் சின்ன சின்ன விஷயங்களைப் பற்றியது. சின்னப் பயன்கள்தான். அதனாலேயே செய்ய ரொம்ப ஈசியானவை. இப்புத்தகத்தில் உள்ள கட்டுரைகள் 'தி இந்து' தமிழில் வெளிவந்த போது பலர் பாராட்டி இதனால் பயன்பெற்றதாகக் கூறினர். அந்த ஊக்கத்தில் அக்கட்டுரைகளை மேலும் விஸ்தரித்து,

எடுத்துக்காட்டுகளுடன் விரிவாக்கி விலாவரியாய் வழங்கி யிருக்கிறேன்.

மஹேந்திர சிங் தோனி பேட்டிங் ஆடுவதைப் பார்த்திருப்பீர்கள். அவர் ஃபோர், சிக்ஸர் எல்லாவற்றையும் அனாயசமாக அடிப்பவர் தான். ஆனால் அவர் ஆடுவதைக் கூர்ந்து கவனித்தால் சின்னச் சின்ன விஷயங்களில் அவரின் மெனக்கெடல் புரியும். கிடைத்த கேப்பில் கூட சிங்கிள் ரன் எடுக்கும் சூசகம் அவரிடம் ஏராளம். அதேபோல் ஈசியாய் ஓடும் சிங்கிளை வேகமாக ஓடி இரண்டு ரன்னாக மாற்றும் கில்லாடித்தனம் தெரியும். அவர் அப்படிச் சின்னதாகச் சேர்க்கும் ஒன்று, இரண்டு ரன்கள்தான் அவர் பின்னால் அடிக்கும் ஃபோருக்கும் சிக்ஸருக்கும் அடித்தளம் அமைத்துக் கொடுக்கிறது!

இப்புத்தகம் அதுபோல் நீங்கள் சிங்கிள், டபுள் ரன்களைச் சிறுகச் சிறுகச் சேர்க்கும் வழிகளைச் சொல்லித் தரும். மார்க்கெட்டிங் துறைமுதல் முடிவெடுக்கும் திறன்வரை, ஆர்அண்டுடி ஐடியா முதல் மனித வளச் செயல்கள்வரை, சின்னச் சின்ன டிப்ஸ் தரும். இந்தச் சின்ன விஷயங்கள் உங்கள் பிசினஸின் அபரிமிதமான வளர்ச்சிக்கு நீங்கள் இடும் உரமாய் உதவும்.

சியர்ஸ்

சதீஷ் கிருஷ்ணமூர்த்தி

1

புதிய பிரச்னைக்குப் பழைய தீர்வைப் பயன்படுத்தினால் ப்ராப்ளம்

என்ன சார், ஃப்ரீயாக இருக்கிறீர்களா... இருந்தால் வாங்களேன் ஒரு ரவுண்ட் தண்ணி விளையாட்டு விளையாடுவோம்.

அதற்கு எதற்கு சிப்ஸ் பாக்கெட்டைத் தேடுகிறீர்கள்? ஹலோ, நான் அந்தத் தண்ணியைச் சொல்லவில்லை. நாசமா போச்சு. சாதாரண தண்ணீர் கேன்களை வைத்து விளையாட அழைத்தேன்.

உங்கள் முன் மூன்று கேன்கள் இருக்கின்றன. ஒவ்வொன்றும் வெவ்வேறு கொள்ளளவு கொண்டவை.

பச்சை கலர் கேன் 21 லிட்டர் கொள்ளும்.

சிவப்பு கலர் கேன் 127 லிட்டர் கொள்ளும்.

நீல கலர் கேன் 3 லிட்டர் கொள்ளும்.

டாங்கில் நவம்பர் மாதம் பெய்த மழை நீர் மிச்சம் இருக்கிறது. அதிலிருந்து இந்த கேன்கள் கொண்டு சரியாக நூறு லிட்டர் பிடிக்க முடியுமா உங்களால்?

சிம்பிள் என்பீர்கள். சிவப்பு கேனை முழுவதும் நிரப்பினால் அதில் 127 லிட்டர் இருக்கும். அதை பச்சை கேனில் கொட்டினால் 106

லிட்டர் மீதியிருக்கும். அதை நீலக் கலர் கேனில் இரண்டு முறை கொட்டினால் சிவப்பு கேனில் இப்போது இருப்பது நூறு லிட்டர் என்பீர்கள்.

சிவப்பு மைனஸ் பச்சை மைனஸ் இரண்டு நீலம் என்கிறீர்கள். பலே, கணக்கு உங்களுக்குத் தண்ணிபட்ட பாடு சார்!

இதே கேள்வியைத்தான் 'அப்ரஹாம் லூச்சின்ஸ்' என்ற ஆராய்ச்சியாளர் பலரிடம் கேட்டார். அவர்களும் நீங்கள் சொன்னதைப்போலச் சரியான பதிலையே கூறினார்கள்.

அத்தோடு அவர் நிறுத்தவில்லை. இதேபோல் விதவிதமான கேன் சைஸ்கள் கொண்டும் கேள்விகள் கேட்டார். அளவுதான் வெவ்வேறே ஒழிய அனைத்துக் அனைத்துக் கேள்விகளுக்கும் பதிலளிக்கும் அணுகுமுறை ஒன்றுதான். ஆய்வில் கலந்து கொண்டவர்களும் சளைக்காமல் சரியாகவே பதிலளித்தனர். கடைசியாக லூச்சின்ஸ் ஒரு கேள்வி கேட்டார்.

பச்சை கலர் கேன் 15 லிட்டர் கொள்ளும்.

சிவப்பு கலர் கேன் 39 லிட்டர் கொள்ளும்.

நீலக் கலர் கேன் 3 லிட்டர் கொள்ளும்.

இப்போது சரியாகப் பதினெட்டு லிட்டர் தண்ணீர் வேண்டும் என்றால் என்ன செய்வீர்கள்?

'ரொம்ப சிம்பிள். வழக்கம்போல் 39 லிட்டர் சிவப்பு கேனை நிரப்பி அதிலிருந்து பச்சை கேனில் கொட்டினால் 24 லிட்டர் மீதியிருக்கும். அதை இரண்டு முறை நீல கலர் கேனில் இரண்டு முறை கொட்டினால் போயிற்று. 18 லிட்டர் மீதி இருக்கும்'.

சிவப்பு மைனஸ் பச்சை மைனஸ் இரண்டு நீலம் என்ற அதே ஃபார்முலாவை உபயோகித்தால் போயிற்று என்கிறீர்கள். நீங்கள் மட்டுமல்ல, ஆய்வில் கலந்து கொண்டவர்களில் பலரும் இதையே கூறினார்கள்.

விடை சரியானதே. ஆனால் விடையளித்த வழிமுறை சரியல்ல. அநியாயத்துக்குச் சுற்றிவளைத்துச் சொல்கிறீர்கள்.

கடைசி கேள்விக்கு சிம்பிளான பதில் 15 லிட்டர் பச்சை கலர் கேன் தண்ணீரையும் 3 லிட்டர் நீலக் கலர் கேன் தண்ணீரோடு சேர்த்தால் *18 லிட்டர்!*

எதற்காகச் சுற்றிவளைத்து மூக்கைத் தொட்டீர்கள்?

ஏற்கனவே பதிலளித்த முந்தைய கேள்விகள் போலக் கடைசி கேள்வியும் இருந்ததால் அந்த அணுகுமுறையே இதற்கும் பொருந்தும் என்று நீங்கள் நினைத்ததே காரணம்.

விடை கரெக்ட். சுற்றி வளைத்த அணுகுமுறை தேவையற்றது. இதற்கு 'ஐன்ஸ்டெலங் விளைவு' (Einstellung Effect) என்று பெயர். மாப்பிள்ளை இவருதான், ஆனா இவரு போட்டிருக்கற சட்டை என்னுதில்ல என்பதைப் போல!

பெற்ற அனுபவத்தால் மனித மனம் புதிய வழிகளைச் சிந்திக்காமல் இயந்திரத்தனமாகச் செயல்படும் விதத்தைக் குறிப்பதுதான் ஐன்ஸ்டெலங் விளைவு. வார்த்தையைக் கேட்டால் வேற்று மொழியில் வீட்டில் உள்ளவர்களை விரசமாய் வைவது போல் இருக்கிறதே என்று நினைக்காதீர்கள். ஐன்ஸ்டெலங் என்பதற்கு ஜெர்மன் மொழியில் அமைப்பு, அணுகுமுறை என்று அர்த்தம்.

தீர்வு காண முயற்சி செய்யும் பிரச்னை ஏற்கனவே சந்தித்த பிரச்னை போலிருந்து அதை எப்படித் தீர்த்தோமோ அதேபோல் புதிய பிரச்னையைத் தீர்க்கலாம் என்று நினைக்கும் தவறான அணுகுமுறையைக் குறிப்பதால் இப்பெயர்.

புதிய பிரச்னைகளுக்குத் தீர்வு காணும் முயற்சியின் மீது பழைய அனுபவங்களின் எதிர்மறைத் தாக்கம்தான் ஐன்ஸ்டலங் விளைவு. ஏதோ ஒரு ஊர்க்காரர் அல்லது ஒரு குறிப்பிட்ட ஜாதியைச் சேர்ந்தவர் உங்களை ஏதோ ஒருவிதத்தில் ஏமாற்றினால் அந்த ஊர்க்காரர்கள் அனைவரும் அல்லது அந்த ஜாதியைச் சேர்ந்தவர்கள் அனைவரும் ஏமாற்றுபவர்கள் என்று நீங்கள் நினைப்பது ஐன்ஸ்டெலங் விளைவால்தான்.

மனித மூளை அனுபவத்துக்கும் அனுபவத்திலிருந்து நாம் கற்ற பாடங்களுக்கும் பெரும் மதிப்பும் முக்கியத்துவமும் தருகிறது. அதில் தவறில்லை. ஆனால் பழைய அனுபவங்களைப்போல் தோன்றும் எல்லா விஷயங்களிலும் பழைய அணுகுமுறையைக் கண்மூடித் தனமாய்க் கடைபிடிக்கும்போது பிரச்னை உருவாகிறது. 18 லிட்டர் பக்கெட்டைச் சுற்றி வளைத்துக் கொட்டிய பதிலைப் போல!

ஒரு சினிமா ஹிட்டானால் அந்தப் படத்தின் டைரக்டர் அதேபோல் தன் அடுத்த படங்களை எடுத்து நம் உயிரையும் சேர்த்து எடுப்பதும் ஐன்ஸ்டெலங் விளைவால்தான். ஒரு படம் ஓடியது என்பதற்காக

மற்ற டைரக்டர்களும் அதே பாணியில் படம் எடுக்கத் துவங்குவதும் இதனால்தான்.

ஏதோ ஒரு டீவி சேனலில் ஒரு நிகழ்ச்சி பெரும் வரவேற்பைப் பெற்றால் மற்ற சேனல்கள் தங்கள் பங்குக்கு அந்த நிகழ்ச்சியைப் போலவே தங்கள் சேனலிலும் ஒளிபரப்புவதும் ஐன்ஸ்டெலங் விளைவாலேயே.

இவ்வளவு ஏன், கட்டுரையின் ஆரம்பத்தில் உங்களை நான் தண்ணீர் விளையாட்டு விளையாட அழைத்தபோது தண்ணீர் விளையாட்டு என்ற கேட்ட மாத்திரம் உங்களுக்கு சிப்ஸ் பாக்கெட் எடுக்கத் தோன்றியதும் சாட்சாத் ஐன்ஸ்டெலங் தாக்கத்தில்தான்!

அதற்காக அனுபவத்தைத் தூக்கிக் குப்பைத் தொட்டியில் போட வேண்டியதில்லை. அனுபவம் அருமையான ஆசான்தான். அதற்காகப் பழைய பிரச்னைகளை அணுகியதுபோல எல்லா பிரச்னைகளையும் அணுகுவது சரியாக இருக்காது என்று கூறுகிறேன். எல்லாக் கேள்விகளுக்கும் ஒரே மாதிரியாகப் பதிலளிக்கத் தேவையில்லை என்று சொல்கிறேன்.

மார்க்கெட்டுகள் வேகமாக மாறிவருகின்றன. வாடிக்கையாளர்கள் அதிவேகமாகத் தேறிவருகிறார்கள். புதிய போட்டிகள். புதிய பிரச்னைகள். புதிது புதிதாக நிகழ்வுகள் காணும் வாழ்க்கை வாழ்கிறோம். வியாபாரம் செய்கிறோம். பெற்ற அனுபவத்தையும் அதிலிருந்து கற்ற அறிவையும் ஒரு பக்கம் வையுங்கள். புதிய பிரச்னைகளின் தன்மையைப் புதியதாகப் பாருங்கள். பழைய கண்ணோட்டத்தோடு காணாதீர்கள். புதிய கேள்விகளுக்கு புதிய அணுகுமுறை வேண்டியிருக்கலாம். புதிய தீர்வுகள் தேவைப் படலாம். பெற்ற அனுபவத்தோடு ஐன்ஸ்டெலங் விளைவையும் மனதில் வைத்துப் பிரச்னையை அலசுவது பயன் தரும்.

பழைய பிரச்னைகளை தீர்த்த முறையையே கண்மூடித்தனமாக எல்லாவற்றுக்கும் ஃபாலோ செய்தால் பிரச்னைக்கு புதிய முறையில் இன்னமும் பெட்டராக தீர்க்கும் முறைகள் மனதுக்குப் புலப்படாமலேயே போகும்.

பல வருடங்களுக்கு முன் 'சர்ஃப்' டிடர்ஜெண்டுக்குப் போட்டியாக 'நிர்மா' என்ற புதிய ப்ராண்ட் வந்தது. சர்ஃப் விற்கும் 'இந்துஸ்தான் யூனிலீவர் (அப்போது அந்தக் கம்பெனியின் பெயர் இந்துஸ்தான் லீவர்) புதிய போட்டியாளர் யாரேனும் முளைத்தால் அவர்களைப் போட்டுத்தள்ளத் தங்கள் விளம்பரங்களை அதிகப்படுத்தும்

வழக்கம் உடையவர்கள். புதியதாக முளைத்த நிர்மாவின் போட்டியையும் அதேபோல் அழுத்திப் பிடித்து மார்கெட்டி லிருந்து அகற்றுவோம் என்ற பழைய சிந்தனையோடு சர்ஃபின் விளம்பர அளவை அநியாயத்துக்கு அதிகப்படுத்தினார்கள்.

என்ன நடந்தது?

இந்துஸ்தான் யூனிலீவரின் பழைய ஸ்டைல் உத்தி பத்து பைசாவுக்குப் பயன் தரவில்லை. நிர்மாவின் விற்பனை பிய்த்துக் கொண்டு பறந்து பத்தாததற்கு இந்தியா முழுவதும் பரவியது. போட்டியிடும் மார்க்கெட்டுகளில் எல்லாம் நிர்மா சர்ஃபை துவைத்துக் காயப்போட்டுப் போதாக்குறைக்கு இஸ்திரி செய்து மடித்தே வைத்தது!

பல கால பிரயத்தனத்துக்குப் பிறகே தன் பழைய அணுகு முறையைப் பிரயோகித்தது தவறு என்பதை உணர்ந்தது இந்துஸ் தான் யூனிலீவர். விலை குறைவான நிர்மாவின் வளர்ச்சியை ப்ரீமியம் ப்ராண்டான தன் சர்ஃப் மூலம் தடுக்க முடியாது என்ற உண்மையை உணர்ந்தது. புதிய பிரச்னைக்கு பழைய தீர்வைப் பயன்படுத்தியது பெரிய ப்ராப்ளம் என்பதைக் கண்டறிந்தது.

நிர்மாவின் வளர்ச்சியைத் தடுக்கப் புதிய முறையில் சிந்தித்தது. அந்தச் சிந்தனையின் விளைவாக விலை குறைவான 'வீல்' என்ற புதிய டிடெர்ஜெண்ட் ப்ராண்டை அறிமுகப்படுத்தியது. இப்புதிய அணுகுமுறை நிர்மாவின் வளர்ச்சியைத் தடுத்தது. சர்ஃப்பையும் காப்பாற்றியது. அதோடு வீல் விற்பனை வளர்ந்து படிப்படியாகப் பெருகி இன்று நிர்மாவையே ஓவர்டேக் செய்யும் அளவுக்கு வளர்ந்திருக்கிறது!

ஜன்ஸ்ட்டலங் தாக்கத்தைத் தணிக்க, வாழ்க்கையிலும் வியாபாரத்திலும் அது நம்மைத் தாக்காமல் தடுக்கத் தற்காப்பு உத்திகள் சிலவற்றை இப்போது பார்ப்போம்

முதல் காரியமாக, பிரச்னைகளுக்கு விடை காணும்போது ஜன்ஸ்டெலங் விளைவில் விழும் அபாயம் உண்டு என்பதை மனதில் வைத்து முடிவெடுப்பது நல்லது.

ஹ்சின்ஸ் ஆய்வு செய்யும்போது இரண்டாவது சுற்றில் ஆய்வில் கலந்துகொண்ட சிலரிடம் 'பார்த்துப் பதிலளியுங்கள். அவசரப் பட்டுக் கண் மூடி குருட்டுத்தனமாய் பதிலளிக்காதீர்கள்' என்று கூறினார். அதைக் கேட்ட சிலர் அவசரப்பட்டு தவறாகப்

பதிலளிக்கக்கூடாது என்று நிதானமாகச் சிந்தித்துப் பதிலளித்தனர். அவர்கள் மட்டும் ஐன்டெலங் விளைவில் விழாமல் சரியான விடையளித்தனர்.

அதேபோல் அடுத்த முறை முக்கியமான பிரச்னைக்கு முடிவெடுக்கும்போது அவசரப்பட்டுக் கண்மூடித்தனமாய்ச் சிந்தித்தால் ஐன்ஸ்டெலங் விளைவில் விழுவோம் என்பதை மனதில் வைத்து முடிவெடுக்க முயற்சியுங்கள்.

உங்கள் செயல்களை, திட்டங்களை, முயற்சிகளை விருப்பு வெறுப்பின்றிப் புதிய கோணத்தில் அணுகி உங்களைக் கேள்வி கேட்டுத் தடுத்து நிறுத்தும் திறனுள்ள மார்க்கெட்டிங் ஆலோசகரை நியமிக்க முடியுமா என்று பாருங்கள். உங்களுக்குப் பிடித்தவர்கள், நீங்கள் சொல்வதற்கு ஆமாம் போடுபவர்களை நியமித்துத் தொலைத்தால் ஐன்ஸ்ட்டலங் விளைவில் மீண்டும் விழுந்து பட்டுக்கொள்வீர்கள். பிறகு பட்டுக்கொண்ட சோகத்தை மறக்கத் தண்ணீர் விளையாட்டு விளையாட வேண்டியிருக்கும். இம்முறை கேன் கொண்டு அல்ல, 'பாட்டில்' கொண்டு!

2

ஓவர் கான்ஃபிடன்ஸ் உடம்புக்கு ஆகாது

போன அத்தியாயம் தண்ணி விளையாட்டு விளையாடினோம். இம்முறை கிரிக்கெட் விளையாடுவோம். ஆனால் இது வேறு விதமான கிரிக்கெட் ஆட்டம். ஓடாமல் ரன் எடுப்போம் வாருங்கள்!

பேட், பால் இரண்டின் மொத்த விலை 110 ரூபாய்.

பாலை விட பேட் நூறு ரூபாய் அதிகம்.

அப்படியென்றால் பால் விலை என்ன?

பால் பத்து ரூபாய் என்று பட்டென்று தோன்றியிருக்குமே?

ஈசியாய் தெரிந்த இக்கேள்விக்குப் பட்டென்று இண்ட்யூடிவாக உங்களுக்கு பதில் தோன்றியது, இல்லையா? கங்ராஜுலேஷன்ஸ். கையைக் கொடுங்கள். உங்கள் பதில் தவறானது!

இப்போது நிதானமாகக் கணக்குப் போடுங்கள். பால் விலை 10 ரூபாய் என்றால் கேள்வியின் இரண்டாவது வரியின் படி பாட் விலை 110 ரூபாய். இரண்டின் கூட்டுத் தொகை 120 ரூபாய் என்றாகிறது. முதல் வரியின்படி இரண்டும் 110 ரூபாய்தான் இருக்கவேண்டும். ஆக, உங்கள் விடை தவறு.

அப்படியென்றால் சரியான விடை எது?

எதற்கு இந்த வயதில் உங்களைப் படுத்திக்கொண்டு. பால் ஐந்து ரூபாய்! இல்லை, உதைக்கிறதே என்று நீங்கள் நினைத்தால் முதலில் இருந்து விளையாடிக் கூட்டிக் கழித்துப் பாருங்கள்.

மனித மனம் சிந்திக்கும் முறையை, முடிவெடுக்கும் விதத்தைப் பல காலமாக ஆராய்ந்துவரும் சைக்காலஜிஸ்ட்டுகள் இரண்டு வகையாக இது மனதுக்குள் நடக்கிறது என்கிறார்கள். அதற்கு சிஸ்டம் 1 மற்றும் சிஸ்டம் 2 என்று பெயர் வைத்து அழைக்கிறார்கள்.

சிஸ்டம் 1 என்பது ரொம்ப மெனெக்கெடாமல் சட்டென்று நம் கட்டுப்பாடு இல்லாமல் ஆட்டோமேடிக்காக மனம் முடிவெடுக்கும் முறை. ஆரம்பத்தில் நான் கேட்ட கேள்விக்கு யோசிக்காமல் பட்டென்று தப்பாய் பதிலளித்தீர்களே, அது போல.

சிஸ்டம் 2 என்பது மெனெக்கெட்டு, முயற்சி செய்து, மூளையை யூஸ் செய்து யோசித்து நடக்கும் சமாசாரம். சிந்திக்காமல் சட்டென்று முடிவெடுக்க முடியாதபோது சிஸ்டம் 1 சிஸ்டம் 2 விடம் 'இந்தாப்பா கொஞ்சம் பார்த்துச் சொல்லு' என்று தர்ட் அம்பயரிடம் கேட்கும் க்ரவுண்ட் அம்பயர் போல விட்டுவிடுகிறது.

197 x 36 எவ்வளவு என்று கேட்டால் டக்கென்று பதிலளிக்க முடியுமா?

தப்பாய் வேண்டுமானால் முடியும். சரியாய்க் கூற பிரயத்தனப்பட வேண்டும். அட்லீஸ்ட் கால்குலேட்டரைத் தேடவேண்டும்.

நீங்கள் பால், பேட் கேள்விக்குத் தவறாய் பதில் கூறியிருந்தால் 'சே இத்தனை சுலபமான கேள்விக்கு இப்படி சொதப்பலாய் பதிலளித்துவிட்டோமே' என்று கவலைப்படாதீர்கள். 'ஹாவர்ட்', 'எம்ஐடி', 'ப்ரின்ஸ்டன்' போன்ற உலகின் தலைசிறந்த பல்கலைக் கழக மாணவர்களிடம் இக்கேள்வி கேட்கப்பட்டபோது ஐம்பது சதவீதத்துக்கும் அதிகமானவர்கள் தவறாய்தான் பதிலளித்தார்கள். கொஞ்சம் சுமாரான பல்கலைக்கழக மாணவர்களில் என்பது சதவீதத்துக்கும் மேல் தப்பான விடையைத் தப்பாமல் தந்திருக் கிறார்கள். அதனால் நீங்கள் தனி ஒருவன் அல்ல. தரணியெங்கும் உங்களுக்குக் கூட்டணி இருக்கிறது. தைரியமாய் இருங்கள்.

மனித மனம் ஈசியான கேள்விக்குக்கூட ஏன் தவறான பதிலைத் தருகிறது?

வேறென்ன, ஓவர் கான்ஃபிடன்ஸ்தான். இண்ட்யூஷன் அதாவது உள்ளுணர்வுக்கு நம்மில் புலர் தரும் அதீத முக்கியத்துவமும் அது

சரியாக இருக்குமென்று நாம் அதன்மீது வைக்கும் அபரிமிதமான நம்பிக்கையும்தான் காரணம் என்கிறார் 'டேனியல் கான்மென்'. நோபல் பரிசு பெற்ற இவர் எழுதிய அட்டகாசமான புத்தகம் Thinking Fast and Slow.

காக்னிடிவ் எஃபக்ட் (Cognitive effect) அதாவது சிந்தித்துச் செயல்படும் முயற்சியைச் செய்யப் பலர் சோம்பேறித்தனப்பட்டு உள்ளுணர்வு பட்டென்று சொல்லும் பதிலை, முடிவையே விரும்புகிறார்கள். உள்ளுணர்வு கரெக்ட்டாய்தான் இருக்கும் என்ற ஓவர் கான்ஃபிடன்ஸ் இருக்கும் காரணத்தால்.

கணக்குக் கேள்வியை விடுங்கள். கான்மென் சொல்லும் லாஜிக் சம்பந்தப்பட்ட கேள்வி ஒன்றை உங்களிடம் கேட்கிறேன். இரண்டு செய்திகளைத் தந்து அதிலிருந்து மூன்றாவதாக ஒரு முடிவும் தருகிறேன். முதல் இரண்டு செய்திகளைப் படித்து மூன்றாவதாகத் தரப்பட்டிருக்கும் முடிவு லாஜிக்கலாகச் சரியாக இருக்கிறதா என்று பதில் கூறுங்கள்.

எல்லா ரோஜாக்களும் பூக்கள்.

சில பூக்கள் சீக்கிரமே வாடிவிடும்.

அப்படியென்றால் சில ரோஜாக்கள் சீக்கிரமே வாடி விடும்.

மூன்றாவதாகத் தரப்பட்டிருக்கும் முடிவு லாஜிக்கலாக இருக்கிறது என்று தோன்றுகிறதா?

பின்னுகிறீர்கள் சார் நீங்கள். மீண்டும் கையைக் கொடுங்கள். தவறாய் சிந்தித்து மீண்டும் தவறான விடை தந்திருக்கிறீர்கள். கணக்குதான் உங்களுக்குப் பிணக்கு என்று பார்த்தால் லாஜிக்கூட இப்படி ட்ராஜிக் ஆக இருக்கிறதே!

மேலே கூறியதை மீண்டும் ஒருமுறை படியுங்கள்.

எல்லா ரோஜாக்களும் பூக்கள்.

சில பூக்கள் சீக்கிரமே வாடிவிடும்.

அப்படியென்றால் சில ரோஜாக்கள் சீக்கிரமே வாடிவிடும்.

சில பூக்கள்தானே சீக்கிரம் வாடும்? எல்லாப் பூக்களும் ரோஜா இல்லையே. அப்படியென்றால் சில ரோஜாக்கள் ஏன் சீக்கிரமே வாடவேண்டும்? ஆர்க்யூமென்ட் தவறானதுதானே. சீக்கிரம் வாடும் பூக்களில் ரோஜாக்கள் இல்லாமல் இருக்கலாமே.

பால், பேட் கேள்வியைப் போலவே இந்தக் கேள்விக்கும் பட்டென்று உள்ளுணர்வு பதிலளித்தது. அது சரியானதாகத்தான் இருக்கும் என்று முடிவு செய்து சிந்தித்து சரி பார்க்கக்கூட உங்களுக்குத் தோன்றாததால் படாரென்று தவறான பதில் தந்தீர்கள். உண்டா இல்லையா?

அதற்காக இரண்டு கேள்விகளுக்கும் தவறான பதிலளித்தவர் களுக்கு மூளை இல்லை, சிந்திக்கும் திறன் இல்லை என்று அர்த்தம் இல்லை. பெரும்பாலானோர் பெரும்பாலான சமயங்களில் அதிகம் மெனெக்கெடாமல் சரியாய் பதில் கூறவேண்டும் என்ற போதிய மோடிவேஷன் இல்லாமல் பதிலளிக்கிறார்கள். முடிவெடுக்கிறார்கள். இவர்களிடம் இதைவிடக் கடினமான கேள்விகளைக் கேட்டு, படாரென்று மனதில் தோன்றும் பதிலைத் தராமல் சிந்தித்து நிதானமாகப் பதிலளியுங்கள் என்று கூறினால் சரியான விடை அளிக்கக் கூடியவர்களே. உங்களையும் சேர்த்துத் தான் சொல்கிறேன். சரி பார்க்காமல் சீக்கிரம் சொல்லிச் சீரழிந்து விட்டோமோ என்று பயப்படாதீர்கள்!

அதிகம் சிந்திக்காமல், ரொம்ப மெனெக்கெடாமல் டக்கென்று தோன்றுவதைப் பட்டென்று கூறி முடிவெடுக்கும் பழக்கமே வாழ்க்கையிலும் வியாபாரத்திலும் விபரீதத்தையும் வில்லங்கத்தையும் வாரி வழங்குகிறது.

நீங்கள் ஒரு ப்ரீமியம் ப்ராண்டை விற்பவர் என்று வைத்துக் கொள்வோம். நன்றாக விற்றுக்கொண்டிருந்த ப்ராண்ட் விற்பனை கொஞ்ச நாளாய் லேசாய் தொய்வடைய ஆரம்பிக்கிறது. விளம்பரத்தைக் கூட்டுகிறீர்கள். விற்பனை விஷயங்களைக் கொஞ்சம் அதிகப்படுத்துகிறீர்கள். குறையும் விற்பனை கூடுவதாகத் தெரியவில்லை. மாதாந்திர சேல்ஸ் மீட்டிங்கில் விலை குறைவது பற்றிப் பேச்சும், விவாதங்களுமாக இருக்கிறது. அனைவரும் சகட்டுமேனிக்கு மற்றவர்களைக் குறை கூறி, பத்தாததற்கு ஆளுக்கொரு ஐடியா தந்து குழப்பத்தை அதிகரிக்கிறார்கள்.

கடைசியில் உங்களைப் பார்க்க, முதலாளியாய் லட்சணமாய் ஏதாவது பதில் தரவேண்டுமே என்ற அவசரத்தில், குழப்பத்தில் 'விலையைக் குறைத்துத்தான் பார்ப்போமே' என்று உங்களுக்குத் தோன்றும் முதல் பதிலைக் கூறித் தொலைக்கிறீர்கள். முதலாளி சொன்னால் மகேசன் சொன்னதுபோல் என்று அனைவரும் கை தட்டி வாய் பொத்தி ஒத்துக்கொள்ள உங்கள் ப்ரீமியம் ப்ராண்டின் விலை குறைக்கப்படுகிறது.

ப்ரீமியம் ப்ராண்டுகள் பொதுவாக வாடிக்கையாளர்களால் வாங்கப்படுவதே அதன் ப்ரிமீயம் இமேஜ் மற்றும் அதிக விலையால்தான். அது குறைக்கப்படும்போது அதன் ப்ரீமியம் இமேஜ் குறைகிறது. அதன் வாடிக்கையாளர்கள் மனதில் அதன் தரம் பற்றிய நம்பிக்கையும் குறைகிறது. எல்லாமும் சேர்த்து அந்த ப்ராண்டின் விற்பனையை இன்னமும்கூடக் குறைக்க எத்தைத் தின்றால் பித்தம் தெளியும் என்று தலையில் அடித்துக்கொண்டு தவிக்கிறீர்கள்.

எல்லாம் எதனால்? நாலா பக்கமும் பார்த்து அலசி நன்றாகச் சிந்திக்காமல் பட்டென்று தோன்றியதை, சட்டென்று சொல்லித் தொலைத்த தலையெழுத்தால்தானே!

அதற்காக வாழ்க்கையிலும் வியாபாரத்திலும் எதையும் ஒரு முறைக்குப் பல முறை பார்த்து, யோசித்து உஷாராகச் செயல்படுவது என்பது சத்தியமாகச் சாத்தியப்படாதுதான். டீவி சீரியல் பார்க்கவேண்டிய அவசரத்தில் மனைவி உங்களுக்கு உணவு பரிமாறும்போது 'இன்னும் கொஞ்சம் ரசம் ஊத்தவா' என்று கேட்கிறார் என்று வையுங்கள். 'கொஞ்சம் இரும்மா, சிஸ்டம் 2 என்ன சொல்கிறது என்று கேட்டுச் சொல்கிறேன்' என்று நீங்கள் பதிலளித்தால் மொத்த ரசமும் உங்கள் தலையில் ஊற்றப்படும் அபாயம் உண்டு என்பது எனக்குப் புரிகிறது. ஒவ்வொரு இரவும் வீட்டில் ரச அபிஷேக ரசாபாசமாகும் என்பதும் தெரிகிறது!

உங்கள் இண்ட்யூஷனை நம்பாமல் உங்கள் ஒவ்வொரு நினைப்பையும் செயல்பாட்டையும் முடிவையும் மீண்டும் மீண்டும் கேள்வி கேட்டுச் சரி பார்க்கத் துவங்கினால் வாழ்க்கையும் வியாபாரமும் உங்களை விட்டு அவை பாட்டுக்கு முன்னே சென்றுவிடும்.

சிஸ்டம் 2 கொஞ்சம் ஸ்லோதான். டக்கென்று முடிவெடுக்க, வழுக்க மான முடிவுகள் எடுக்க சிஸ்டம் 1போல் அதனால் முடியாது. அதற்குத் தெரியவும் தெரியாது. பாவம், அதன் சுபாவம் அப்படி.

சிந்திக்கும், முடிவெடுக்கும் தருணங்களில் கடுகளவாவது காம்ப்ரமைஸ் செய்வது பயன் தரும். எந்த விஷயங்களில் எப்படித் தவறுகள் நடக்கலாம், எங்கெங்கு நடந்தது என்பதை உணர்வது, எந்தத் தருணங்களில் தவறுகளின் வீரியமும் தாக்கமும் அதிகம் என்பதைப் புரிந்துகொண்டு அது போன்ற சமயங்களில் இண்ட்யூடி வாக தோன்றும் பதில்களை, முடிவுகளைக் கொஞ்சத்துக்குக் கொஞ்சம் சிஸ்டம் 2 வுக்கு அனுப்பி செக் செய்வது உசிதம். உடம்புக்கும் நல்லது!

நாம் செய்யும் தவறுகளை அறிவதைவிட மற்றவர் செய்யும் தவறுகளை இனம் கண்டு கொள்வது சுலபம். அதிலிருந்து ஈசியாக பாடம் படித்து அந்தத் தவறுகளைச் செய்யாமல் இருக்கக் கற்றுக்கொள்ளலாம் என்கிறார் கான்மென். அதனால் அடுத்தவர் செய்யும் தவறுகளைப் பார்த்துச் சிரிப்பதோடு நிறுத்திக்கொள்ளாமல் அதிலிருந்து படிப்பினைகள் பெறமுடியுமா என்று பாருங்கள்.

ஓவர் கான்ஃபிடன்ஸ் ஓவர் ஸ்பீடிங்போல. கம்ப்ளீட் கண்ட்ரோல் இருப்பதுபோல் தோன்றும். கடைசியில் கண்டமேனிக்கு கவுத்து காலி செய்துவிடும்.

எதற்கும் உங்கள் ஆபீஸ் ரூமில் பேட், பால் இரண்டையும் வாங்கி வையுங்கள். முடிந்தால் சட்டையில் தினம் ரோஜா பூ ஒன்றைச் சொருகிக்கொள்ளுங்கள். உற்சாக வேகத்துடன் உள்ளுணர்வு உடனடி முடிவெடுக்க நினைக்கும்போது அதை உங்களுக்கு உஷாராக்க உதவும் வேகத்தடையாக இருப்பதற்கு!

3

மட்டுப்படுத்திப் பேசினால்
தட்டுத் தடுமாறவேண்டும்

அமெரிக்க ஈஸ்ட் கோஸ்ட்மீது ஜனவரி மாதத்தில் விமானம் ஓட்டுவது லேசுபட்ட காரியமல்ல. கடுங்குளிரும் பனிமழையும் சேர்ந்து பாடாய்ப்படுத்தும். போதாததற்குப் பலமான காற்றும் சேர்ந்தால் மொத்த விமானப் போக்குவரத்துமே ஸ்தம்பித்துவிடும். நான் இன்னும் ஓட்டிப் பார்க்கவில்லை. ஓட்டிப் பார்த்தவர்கள் சொன்னார்கள். அதைச் சொல்கிறேன்.

நான் கூறப்போகும் உண்மைக் கதை நடந்த 1990 ஆம் ஆண்டும் அப்படியே. அன்று வழக்கத்தைவிட அடர்த்தியான மூடுபனி. அசுரக் காற்று வேறு.

மேலே பாஸ்டன் நகரம் முதல் கீழே ஃபிலடெல்ஃபியா சிட்டி வரை நூற்றுக்கணக்கான விமானங்கள் தாமதமாகியிருந்தன. ஈஸ்ட் கோஸ்ட்டிலுள்ள எல்லா விமான நிலைய ஆப்பரேட்டர்களும் (Air Traffic Controllers) விமான சேவையை சீர்படுத்தப் போராடிக் கொண்டிருந்த நேரம். வரப்போகும் ஆபத்தை அறியாத கொலம்பிய நாட்டு 'ஏவியன்கா' விமானம் ஒன்று ந்யூ யார்க் 'ஜேஎஃப்கே' விமான நிலையம் நோக்கி வந்து கொண்டிருந்தது.

வரும் வழியில் மூன்று முறை ஆப்பரேட்டர்களால் தாமதமானது. தாமதம் என்றால் ஏதோ ரோட்டில் டீக்கடை ஓரமாக ட்ராஃபிக் க்ளியர் ஆகும் வரை காத்திருந்து கிளம்பும் தாமதமல்ல. முன்னேற

பர்மிஷன் கிடைக்காமல் சும்மாவேனும் ஆகாயத்தில் சுற்ற வேண்டிவந்தால் உருவான தாமதம்.

வரும் வழிதோறும் ஆப்பரேட்டர்கள் ஆணைக்கிணங்க ஏவியன்கா விமானம் நார்ஃபோக் நகரம் மேல் பத்தொன்பது நிமிடங்கள் சுற்றி, பின் அட்லாண்டிக் சிட்டியை இருப்பத்தி ஒன்பது நிமிடம் பிரதட்சணம் செய்து ந்யூ யார்க்குக்கு நாற்பது மைல்கள் முன் மேலும் இருப்பத்தி ஒன்பது நிமிடங்கள் சுற்றவேண்டியிருந்தது.

எல்லாம் முடிந்து கடைசியில் ஒருவழியாக லாண்ட் ஆகலாம் என்று க்ளியரன்ஸ் கிடைக்க ஏவியன்கா விமானம் இறங்கத் துவங்கியது. அந்த நேரம் பார்த்து திடீரென்று எதிர்க் காற்றின் வேகம் அதிகரித்தது. அதைச் சமாளிக்க விமானத்தின் வேகம் கூட்டப்பட, காற்றின் வேகம் சட்டென்று குறைந்தது. வேகம் கூட்டப்பட்ட விமானத்தை அந்த வேகத்தில் லாண்ட் செய்ய முடியாது என்பதை உணர்ந்த காப்டன் விமானத்தை மீண்டும் மேலே கிளப்பி இன்னொரு பெரிய ரவுண்ட் சுற்றி வந்து லாண்ட் செய்யலாம் என்று திட்டமிட்டு அது போலவே செயல்பட்டார்.

மேலே கிளம்பிய விமானம் ஜேஎஃப்கே இருந்த லாங்க் ஐலாண்ட் மீது பெரிய சுற்று சுற்றி மீண்டும் லாண்ட் செய்யத் தயாரானபோது என்ஜினில் ஒன்று திடீரென்று செயலிழக்கப் பதற்றப்பட்ட காப்டன் ஆப்பரேட்டரிடம் 'அய்யோ, ரன்வே எங்கே' என்று அலற இரண்டாவது என்ஜினும் செயலிழந்தது. பாவப்பட்ட விமானமோ பாழாய்ப் போன ஜேஎஃப்கேவிலிருந்து பதினாறு மைல் தூரத்தில்.

இரண்டு இன்ஜின்களும் செயலிழக்க மேலே பறக்க முடியாமல் அந்த விமானம் ஆயிஸ்டர் பே என்ற ஊரில் விழுந்து நொறுங்கியது. அதில் பயணம் செய்த எழுபத்தி மூன்று பேர் சம்பவ இடத்திலேயே இறந்தனர்.

விபத்துக்கான காரணம் ஒரே நாளில் தெரிந்தது. பைலட் போதையில் இல்லை. விமானத்தில் கோளாறு இல்லை. விமானிகள் தவறு செய்யவில்லை. ஆப்பரேட்டரிடம் தெளிவாகப் பேசாத குற்றத்தைத் தவிர!

இவ்விபத்தை, விபத்திற்கான காரணத்தை Outliers என்ற புத்தகத்தில் விளக்குகிறார் 'மால்கம் க்ளாட்வெல்' என்னும் எழுத்தாளர்.

விமான காக்பிட்டில் நடக்கும் சம்பாஷணைகள் பதிவாகும் ப்ளாக் பாக்ஸைத் தேடிக்கண்டுபிடித்து ஆய்வு செய்தபோது எத்தனை எளிதாக அந்தக் கோர விபத்து தவிர்க்கப்பட்டிருக்கலாம் என்பது புரிந்தது.

முதல் முறை லாண்ட் ஆகும்போது காப்டனுக்கும் விமான நிலைய ஆப்ரேட்டருக்கும் நடந்த சம்பாஷணையை இங்கு தருகிறேன். இதில் நீங்கள் கவனிக்கவேண்டியது அவர்கள் பேசிய பேச்சை அல்ல. பேசிய முறையை!

காப்டன் 'ரன்வே கண்ணுக்கே தெரியவில்லை' என்கிறார். இது போன்ற நிலையில் லாண்ட் ஆகக்கூடாது என்பதால் 'மீண்டும் சுற்றி வருகிறேன்' என்று கூறித் தனக்குத் தானே 'எரிபொருள் வேறு சுத்தமாய் இல்லை' என்று முனகுகிறார்.

பிறகு வெறுப்பில் 'பாழாய்போன ரன்வே கண்ணுக்கே தெரிய வில்லை' என்று கூற உதவியாளர் 'எனக்கும் தெரியவில்லை' என்கிறார்.

ஆப்பரேட்டர் 'இடது பக்கம் திரும்புங்கள்' என்று கூறுகிறார்.

காப்டன் தன் உதவியாளரிடம் 'எமர்ஜென்சி என்று அவர்களிடம் சொல்லித் தொலை' என்று கத்துகிறார்.

உதவியாளர் ஆப்பரேட்டரிடம் 'நீங்கள் சொன்னதுபோல் இடது பக்கம் திரும்பி மீண்டும் லாண்ட் செய்ய முயற்சி செய்கிறோம். விமானத்தில் எரிபொருள் இல்லை' என்கிறார்.

அவர்கள் பேசிய லட்சணம் புரிகிறதா?

கொலம்பியா நாட்டிலிருந்து வரும் விமானம். ஒன்றரை மணி நேரம் வெறுமனே ஈஸ்ட் கோஸ்ட் மேல் சுற்றிக் கொண்டிருந்த விமானம். அதன் எரிபொருள் எத்தனை குறைவாக இருந்திருக்கும் என்று யோசித்துப் பாருங்கள்.

பனிக்காலம், மூடுபனி, கடுமையான காற்று வீசுகிறது. ஒரு எழுவும் தெரியாத இரவு நேரம் வேறு. விமானத்தில் எரிபொருள் இல்லை என்ற விஷயத்தை அந்த விமானிகள் அமெரிக்கா முழுவதும் கேட்கும் அளவுக்கு அலறியிருக்க வேண்டாமா. ஆப்பரேட்டர் கேட்ட கேள்விக்குப் பதில் கூறிவிட்டு எரிபொருள் இல்லை என்று கூறினால் ஆப்பரேட்டருக்கு அவர்கள் அவசரமும் ஆபத்தும் எப்படிப் புரியும்?

ஹோட்டலில் சாப்பிடும்போது உங்களுக்கு விக்கல் எடுக்கிறது என்று வைத்துக்கொள்ளுங்கள். சர்வரிடம் 'காபி கொடுத்துவிட்டு அப்படியே பில் கொடுங்க. குடிக்க கொஞ்சம் தண்ணி வேணும்' என்று நீங்கள் கேட்டால் உங்கள் அவஸ்தை சர்வருக்கு எப்படி புரியும்? அவர் மெதுவாகத்தான் தண்ணீர் எடுத்துக்கொண்டு வருவார். நீங்கள் அதுவரை விக்கிக்கொண்டு கிடக்கவேண்டியதுதான்.

விமான விபத்துக்கான காரணத்தை ஆய்வு செய்த அதிகாரிகள் ஜேஎஃப்கே விமான நிலைய ஆப்பரேட்டரிடம் விசாரித்தபோது

அவர் 'எரிபொருள் இல்லை என்று ஏவின்கா விமானிகள் ஒரு செய்தியாகத்தான் என்னிடம் கூறுகிறார்கள் என்று நினைத்தேன். சத்தியமாக அவர்கள் அவசரம் எனக்குத் தெரியவில்லை' என்று மிகுந்த வருத்தத்துடன் கூறினார்.

மொழி வல்லுனர்கள் இதை 'மட்டுப்படுத்தப்பட்ட பேச்சு' (Mitigated speech) என்கிறார்கள். சொல்ல நினைப்பதை அப்படியே சொல்லாமல் சக்கரை தடவி, குழைந்து அதன் அர்த்தமும் அவசரமும் கேட்பவருக்கு தெளிவாக்காமல் பேசுவதுதான் மட்டுப் படுத்தப்பட்ட பேச்சு.

பணிவாகப் பேசும்போது, குற்ற உணர்ச்சியுடன் பேசும்போது அல்லது தர்மசங்கடமான நிலையில் பேசும்போது இல்லை உயர் அதிகாரியிடம் பேசும்போது பலரும் மட்டுப்படுத்திப் பேசுகிறோம்.

உங்கள் மேலதிகாரியிடம் உங்களுக்கு அவசர உதவி தேவைப் படுகிறது என்று வைத்துக்கொள்வோம். அவரிடம் 'சார், உங்களுக்கு டைம் இருந்து, வேறு வேலை ஏதும் இல்லை என்றால் இதைக் கொஞ்சம் பார்க்க முடியுமா' என்று நீங்கள் கேட்கிறீர்கள் என்றால் அவர் அதைச் சாதரணமாகத்தானே பார்ப்பார். உங்கள் அவசரத்தை எப்படி அவர் புரிந்துகொள்வார்?

வாழ்க்கையில் என்றால் பரவாயில்லை. வியாபாரத்தில், விமானத்தில் இதுபோல் மட்டுப்படுத்தப்படுத்திப் பேசினால் தொபுகடீர் என்று விழுந்து படாத இடத்தில் பட்டுக்கொள்ள வேண்டியதுதான். வியாபாரத்தில் தவறுகள் நடப்பதும் நடந்த தவறை யாரும் தடுக்காமல் இருப்பதும் பலர் மட்டுப்படுத்திப் பேசுவதால்தான்.

ஒரு கம்பெனி நிர்வாகம் புதிய உத்தி ஒன்றை வடிவமைக்கிறது. அந்த உத்தியைச் செயல்படுத்தச் சொல்லித் தன் ஊழியர்களுக்கு விளக்குகிறது. வகுக்கப்பட்ட உத்தி தவறானது, அப்படியே பிரயோகித்தால் சரிப்படாது என்பது சேல்ஸ் டீமுக்கு நன்றாகத் தெரிகிறது. இருந்தாலும் நிர்வாகத்திடம் அதை எப்படி சொல்வது என்று தயங்கி 'செய்யலாம் சார், கொஞ்சம் ரிஸ்க் இருக்கு, ஆனா முயற்சி பண்ணிப் பார்க்கலாம்' என்று குழைந்து கூறினால் நிர்வாகத்துக்குத் தங்கள் தவறு எப்படிப் புரியும்? உத்திதான் எப்படி வேலை செய்யும்? கம்பெனிதான் எப்படி உருப்படும்?

அப்படி மட்டுப்படுத்திப் பேசாமல் எந்தெந்தக் காரணங்களால் வடிவமைக்கப்பட்ட புதிய உத்தி பயனளிக்காது என்று நினைக்கிறார்களோ அதைத் தெளிவாக நிர்வாகத்திடம் எடுத்துரைத்து 'மன்னிக்கணும் சார், இந்த உத்தி செயல்படாது'

என்று ஆணித்தரமாகக் கூறினால்தான் நிர்வாகத்துக்கு உறைக்கும். தாங்கள் தவறு செய்கிறோம் என்பது அவர்களுக்கே புரியும்!

கம்பெனிகளில் மட்டுப்படுத்தப்பட்ட பேச்சைத் தவிர்க்கத் தவறு நடக்கும்போது தைரியமாகத் தட்டிக் கேட்கும், கேள்வி கேட்கத் தயங்காத கார்ப்பரேட் கலாசாரத்தை உருவாக்கவேண்டும். உழைக்கும் ஒவ்வொரு ஊழியரும் பயமில்லாமல் தங்கள் மனதில் பட்டதை ஒளிவுமறைவில்லாமல் பேசும் வழக்கத்தை நிர்வாகம் கம்பெனியில் வளர்க்கவேண்டும். அப்படித் தெளிவாகப் பேசுபவர்கள் மதிக்கப்படுவார்கள்; எக்காரணம் கொண்டும் அவர்கள் மறுக்கப்படமாட்டார்கள் என்ற எண்ணம் அனைவர் மனதிலும் ஆழமாக விதைக்கப்படவேண்டும்.

ஏவியன்கா விமானிகள் செய்த தவறுபோல் இனியும் நடக்காமல் தவிர்க்க உலகெங்கும் விமான கம்பெனிகள் விமானம் ஓட்டுபவர் களுக்கு பிரத்யேகமாக Crew Resource Management training என்ற சிறப்புப் பயிற்சியளிக்கத் துவங்கியிருக்கின்றன. அவசர காலத்தில் ஆபத்து நேரத்தில் எப்படி ஆணித்தரமாய்ப் பேசித் தகவல் பரிமாற்றத்தைத் தெளிவாகச் செய்யவேண்டும் என்ற பயிற்சி.

காப்டன் தவறு செய்கிறார் என்று தெரியும்போது உதவியாளர் முதலில் 'சார், நீங்கள் செய்வது கவலை அளிக்கிறது' என்று கூறவேண்டும்.

அதைக் கேட்டும் காப்டன் உணரவில்லையென்றால் 'நிலைமை மோசமாகிறது காப்டன்' என்று கொஞ்சம் கடுமையாகவே கூறவேண்டும்.

அதையும் காப்டன் கண்டுகொள்ளவில்லை என்றால் உதவியாளர் விமானக் கட்டுப்பாட்டை முழுவதுமாகத் தன்வசம் எடுத்துக் கொள்ள அறிவுறுத்தப்படுகிறார்கள். எதோ இந்த மட்டும் அவர்களிடம் காக்பிட் கதவைத் திறந்து காப்டன் கழுத்தைப் பிடித்து வெளியே தள்ளுங்கள் என்று கூறவில்லை. அதுவரை ஷேமம். கம்பெனிகளும் இது போன்ற பயிற்சிகளை ஊழியர்களுக்கு அளிக்கலாம்.

மட்டுப்படுத்தப்பட்ட பேச்சை மட்டுப்படுத்த கம்பெனி நிர்வாகங்கள் இன்னொன்றும் செய்யலாம். விபத்துக்குள்ளான விமானம் ஒன்றை சகாய விலையில் வாங்கி கம்பெனி வாசலில் நிறுத்தி வைக்கலாம். மட்டுப்படுத்திப் பேசினால் விமானம்போல் கம்பெனி தரை தட்டாது, வாயில் நுரைதான் தப்பும் என்பதை அனைவருக்கும் உணர்த்த!

4

அறிவும் ஒரு வகையில் சாபமே

க்வாண்டம் மெக்கானிக்ஸ் பற்றி அரை மணி நேரம் விவரித்த பின்னரும் கேட்டவருக்கு ஒரு எழுவும் புரியவில்லை என்றால் 'இது கூடப் புரியாதா' என்று பேசியவருக்குக் கோபம் வருகிறது.

எக்ஸல் ஷீட்டில் போன மாத விற்பனை டேட்டாவை ஏற்றி கம்பெனியின் டீலர்கள் செயல்பாட்டை டிசெண்டிங் ஆர்டரில் தயாரிக்கும் விதத்தை எக்சல் தெரியாத ஊழியரிடம் விளக்கி அதை அவர் சரியாய்ச் செய்யாதபோது அவரை பெஞ்சில் நிற்க வைத்துப் பிரம்பால் அடிக்கத் தோன்றுகிறது.

இந்தக் கோபங்களுக்குக் காரணம் ஒரு சாபம். கேட்டவர்களுக்கு அல்ல. கூறியவர்களுக்கு. பெயர் 'அறிவின் சாபம்' (Curse of Knowledge).

நமக்குத் தெரிந்த ஒன்று மற்றவருக்குத் தெரியாமல் இருக்கும்போது அதைப் பற்றி நமக்குத் தெரியாமல் இருந்தால் எப்படி இருக்கும் என்பதை மறக்கிறோம் பாருங்கள், அதுதான் அறிவின் சாபம்.

இந்த வியாதியினால் உங்களுக்குத் தெரிந்த ஒன்றைப்பற்றி மற்றவரின் கோணத்திலிருந்து பார்க்க மறுக்கிறீர்கள். அதை அவருக்குப் புரியும்படிக் கூறத் தவறுகிறீர்கள். அறிவின் சாபத்தால் உங்களுக்குத் தெரிவது மற்றவருக்கும் தெரிந்திருக்கும் என்று கருதி

நீங்கள் சொல்வது அவருக்குப் புரியும், புரிந்துவிடும் என்று முடிவு செய்கிறீர்கள். அவருக்குப் புரியாதபோது அவர் மீது கோபம் கொண்டு சபிக்கிறீர்கள். சாபம் உங்கள் அறிவைத்தான் பீடித்திருக்கிறது என்பதை மறந்து!

காலின், ஜார்ஜ் மற்றும் மார்டின் என்ற பொருளாதார நிபுணர்கள் Journal of Political Economy - யில் The Curse of Knowledge in Economic Settings என்ற கட்டுரையில் இக்கோட்பாட்டை முதலில் படைத்தார்கள்.

தங்கள் பொருளின் அதிகத் தரத்தை அறிந்திருக்கும் கம்பெனிகள் அதன் தரத்துக்கேற்ப அதிக விலை நிர்ணயிக்கிறார்கள். தங்களுக்குத் தெரிந்திருக்கும் தரம் வாங்குபவர்களுக்கும் தெரியும், சொன்னால் புரியும் என்று நினைக்கிறார்கள். ஆனால் அதை உணராது விலை அதிகம் என்று அப்பொருளை வாடிக்கை யாளர்கள் ஒதுக்கும்போதும் கம்பெனிகாரர்கள் கோபப்படுவதை அறிவின் சாபம் என்று வர்ணித்தார்கள்.

அதேபோல் தரம் குறைந்த பொருளை விற்கும்போது கம்பெனிகள் விலையைக் குறைத்து விற்பதும் அறிவின் சாபத்தால். பொருள் விலை அதன் தரத்தையும் அதைத் தெரியாதவர்கள் அறியாமையை யும் சார்ந்து அமைகிறது என்கிறார்கள்.

மனதில் ஆழமாய்ப் பதிந்த உண்மை நிகழ்வை உணர்ச்சி பொங்கும் கதையாக்கி, உணர்வோடு திரைக்கதை எழுதி ஒவ்வொரு சீனையும் செதுக்கிச் சிலைபோல் வடித்து பெரும் எதிர்பார்ப்புடன் திரையிட்ட படத்தை மக்களும் விமர்சகர்களும் ஒதுக்கித் தள்ளும் போது படத்தின் இயக்குனருக்கு ஏற்படும் கோபமும் அறிவின் சாபமே.

ஒரு விஷயத்தைப் புரிந்துகொண்ட பின் அது தெரியாமல் இருந்த மனநிலையை மீண்டும் நினைத்துப் பார்க்க முடிவதில்லை. இதுவே அறிவின் சாபத்துக்கு ஆதாரம்!

இதை ஆய்வு மூலம் விளக்கி பிஎச்.டி பெற்றார் ஸ்டான்ஃபோர்ட் பல்கலைக்கழகத்தின் 'எலிசபத் ந்யூட்டன்'. தன் ஆய்வில் கலந்து கொண்டவர்களை 'தட்டுபவர்', 'கேட்பவர்' என்று இரண்டாகப் பிரித்தார். தட்டுபவரிடம் பிரபல பாடல் ஒன்றை மனதிற்குள் பாடிக்கொண்டே டேபிளில் அதற்கேற்ப தாளம் போடச் சொன்னார். கேட்பவரிடம் தட்டப்படும் தாளத்தைக் கொண்டு அது எந்த பாடல் என்பதைக் கூறுங்கள் என்றார். பாடல் என்றால் யாருக்கும் தெரியாத பாடாவதி பாடல்கள் அல்ல. மக்கள் மத்தியில் ரொம்பவே பாப்புலரான பாடல்கள்தான்.

ஆய்வில் கலந்துகொண்டவர்கள் மொத்தம் 120 பேர். அனைவரும் மனதில் பாடலைப் பாடிக்கொண்டே டேபிளில் தாளம் போட அது எந்த பாடல் என்று சரியாய்க் கூறியவர்கள் மூன்று பேர் மட்டுமே! 120க்கு மூன்று. அதாவது 2.5% முறைதான் சரியான விடையளிக்கப்பட்டது.

தாளம் போடும்போது அதற்கான பாடல் தட்டுபவர் மனதில் மட்டுமே ஒலிக்கிறது. கேட்பவருக்குத் தாளம்தான் கேட்குமே ஒழிய பாடல் கேட்பதில்லை. டேபிளில் தட்டும் ஓசை அவருக்கு யாரோ கதவைத் தட்டுவதுபோல்தான் இருக்கிறது. மிஞ்சிப் போனால் 'யாருப்பா வாசல்ல' என்று கேட்கத் தோன்றுகிறது.

ஆனால் மனதில் பாடிக்கொண்டே தட்டுபவருக்கு இத்தனை ஈசியான பாட்டுத் தெரியாதா என்று கோபம் வருகிறது. 'செவிட்டுப் பொணமே, நான் தட்ற பாட்டு தெரியல? உன் மூஞ்சியில தொங்கறது காதா, காஞ்சு போன கருவாடா' என்று கத்தத் தோன்றுகிறது.

இது ரொம்பவே குழந்தைத்தனமான ஆய்வுபோல் தெரிகிறதா? யாராவது உங்களிடம் சிக்கினால் நீங்களும் மனதில் பாடிக் கொண்டே தாளம் போட்டுப் பாருங்கள். கேட்டவர் என்ன பாடல் என்று தெரியாமல் முழிக்கும்போது உங்களுக்கும் அசாத்தியக் கோபம் வருவதை நீங்களே உணர்வீர்கள்.

பாடலை மனதில் பாடும் நமக்கு அது என்ன பாடல் என்று தெரியவில்லை என்றால் மற்றவருக்கு எப்படி இருக்கும் என்று நினைத்துப் பார்ப்பதில்லை. நினைத்துப் பார்க்கவும் முடிவதில்லை. நம் அறிவே நமக்கு சாபம் இடுகிறது. நமக்குத் தெரிந்த அறிவை மற்றவருடன் பங்கிட முடிவதில்லை. ஏனெனில் நம் மனநிலையை அவர் மனதில் உருவாக்க நம்மால் முடிவதில்லை.

இந்தத் தட்டுபவர்-கேட்பவர் கதை தினம் நம் வாழ்க்கையிலும் வியாபாரத்திலும் வெகு விமரிசையாக நடக்கிறது.

பள்ளியில் டீச்சர் தட்டும் தாளம் மாணவர்களுக்குப் புரிவதில்லை.

விளம்பரத்தில் மார்க்கெட்டர் தட்டும் ஓசை வாடிக்கையாளர் களுக்குப் புரிவதில்லை.

அலுவலகத்தில் மேலாளர் தட்டும் ஒலி ஊழியர்களுக்குப் புரிவதில்லை.

இவ்வளவு ஏன், இதுவரை இந்தப் புத்தகத்தில் மூன்று அத்தியாயங்கள் தட்டியிருக்கிறேன். உங்களுக்கு ஒரு எழவாவது புரிந்ததா!

இக்கோட்பாட்டை இன்னமும்கூட எளிமையாக விளக்குகிறார் உளவியலாளர் 'டாம் ஸ்ட்ரேஃபோர்ட்'. 'உங்கள் மனதின் எழும் எண்ணங்களை எழுதிவிட்டு அதைச் சரி பார்க்கிறீர்கள் என்று வைத்துக்கொள்வோம். நீங்கள் எழுதிய வார்த்தைகளில் தவறு இருந்தால் அது உங்கள் கண்களுக்குத் தெரிவதில்லை. ஏனெனில் நீங்கள் எழுதியதைப் படிக்கும்போது அதன் அர்த்தம் மட்டுமே உங்கள் அறிவில்படுகிறதே ஒழிய வார்த்தைகளில் இருக்கும் தவறுகள் கண்ணில் படுவதில்லை.

கம்பெனிகளில் நல்ல உத்திகள் ஊசிப்போய் உலர்ந்து உதவாக்கரையாக உதிர வைக்கும் பல காரணங்களில் அறிவின் சாபமும் ஒன்று. பல நிர்வாகங்கள் ஒரு விஷயத்தை ஒழுங்காகச் சொல்லாமல் ஓரப்பாயில் ஒண்ணுக்கு போவதுபோல் பொதுவான பரவலான பாஷையில் கூறித் தொலைக்கின்றன.

உதாரணத்துக்கு, ஒரு ஹோட்டல் முதலாளி தன் ஊழியர்களிடம் 'வருபவர்களை மகிழ்விப்போம்' என்று பொத்தாம் பொதுவாகக் கூறினால் அவர்களுக்கு என்ன புரியும்? மகிழ வைக்கும் முறை என்ன, அதற்கு என்ன செய்வது என்பது எப்படி தெரியும்? மிஞ்சிப் போனால் ஹோட்டலுக்கு வரும் வாடிக்கையாளர்களுக்கு கிச்சு கிச்சு மூட்டிச் சிரிக்க வைத்து மகிழ வைக்கமுடியுமா என்றுதான் பார்ப்பார்கள்!

அதற்குப் பதில் ஊழியர்களிடம் 'நம் ஹோட்டலுக்கு வருபவர்கள் வாடிக்கையாளர்கள் அல்ல, நம் விருந்தினர்கள். அவர்களை நம் வீட்டுக்கு வருபவர்களைப்போல் உபசரித்து நடத்துங்கள்' என்று முதலாளி கூறினால் இன்னமும்கூட எவ்வளவு தெளிவாக இருக்கும் என்று நினைத்துப் பாருங்கள். அப்படிச் சொல்லிப் புரியவைக்கும்போதுதான் ஊழியர்களுக்கும் வருபவர்களிடம் எப்படி நடந்துகொள்ளவேண்டும், எப்படிப் பேசவேண்டும், எவ்வாறு சேவை செய்யவேண்டும் என்பது இன்னமும்கூட க்ளியராகப் புரியும்.

வருபவர்களை வாய் நிறைய 'வாங்க சார்' என்று வரவேற்பார்கள். 'என்ன சாப்பிடறீங்க' என்று கடனே என்று கேட்காமல் வீட்டுக்கு வந்தவர்களை உபசரிப்பதுபோல் வாஞ்சையுடன் விசாரிப்பார்கள். வருபவர்களோடு குழந்தைகளும் இருந்தால் 'குழந்தைக்கு வேணும்னா கொஞ்சம் காரத்தைக் குறைச்சு சமைக்கச் சொல்லட்டுமா' என்று கரிசனத்தோடு கேட்பார்கள். வந்தவர்களும் வயிராறச் சாப்பிடுவதோடு மகிழ்வோடு சென்று மீண்டும் மீண்டும் அந்த ஹோட்டலுக்கு வருவதோடு மற்றவர்களிடமும் நாலு நல்ல

வார்த்தை சொல்லி உங்கள் ஹோட்டலுக்கு ஃப்ரியாய் விளம்பரம் செய்வார்கள்!

கம்பெனி நிர்வாகிகள் தங்கள் ஊழியர்களிடம் பேசும்போது தங்கள் மனதில் இருக்கும் பாட்டுக்குத் தட்டாமல் ஊழியர்களுக்கு புரியும் வகையில் தட்டத் தாங்கள் சொல்ல வந்த விஷயத்தை கம்பெனியில் நடந்த கதைகளை விளக்கிக் கூறிப் பார்க்கலாம். ஒரு விஷயத்தைத் தெளிவாக விளக்க உதாரணங்கள் பெரிய லெவலில் உதவும்.

பல வருடங்களுக்கு முன் என் நண்பன் ஊருக்குச் செல்லும் வழியில் ஒரு ஹோட்டலில் சாப்பிட்டு விட்டு ரயில்வே ஸ்டேஷன் கிளம்பிச் சென்றான். அங்கு சென்று சேரும் நேரம் அவன் மொபைல் ஃபோனுக்கு ஒரு கால்.

'சார், இப்ப நீங்க ஹோட்டல்ல சாப்டிங்களே, அந்த ஹோட்டல் சர்வர் பேசுகிறேன். பில்லுக்கு பணம் தந்துவிட்டுபோகும் அவசரத்தில் உங்கள் பர்ஸை கீழே தவறவிட்டுச் சென்று விட்டீர்கள். அதிலிருந்து உங்கள் ஆபீஸ் விலாசத்துக்கு உங்கள் பர்ஸை திருப்பித் தர வந்தேன். நீங்கள் ஊருக்குப் போவதை அறிந்து உங்கள் செல்ஃபோன் நம்பரை வாங்கி உங்களை அழைக்கிறேன். பயப்படாதீர்கள், இப்போது நான் ஸ்டேஷன் தான் வந்துகொண்டிருக்கிறேன். அங்கு வந்தவுடன் உங்களை மீண்டும் தொடர்புகொள்கிறேன். நீங்கள் கூலாக இருங்கள். பர்ஸ் பத்திரமாக என்னிடம்தான் இருக்கிறது. வண்டி கிளம்பும் முன் வந்து உங்களிடம் தந்துவிடுகிறேன். ரிலாக்ஸ்.'

இப்படி ஒரு கால் வந்த என் நண்பனின் மனம் எப்படி இருந்திருக்கும் என்று நினைத்துப் பாருங்கள். இன்று வரை அவன் அந்த ஹோட்டலில்தான் சாப்பிடுகிறான் என்று நான் சொல்லத் தேவையில்லை.

ஆனால், அதைவிட முக்கியம் இந்த உதாரணத்தை அந்த ஹோட்டலில் சேரும் புதிய ஊழியர்களுக்கு அம்முதலாளி எடுத்துக் கூறி இப்படிப்பட்டதுதான் இந்த ஹோட்டல், இதுபோல் தான் நம் வாடிக்கையாளர்களை விருந்தாளிகள் போலப் பாவித்து உபசரித்து அவர்கள் நினைப்பதைவிட அதிகமாக அவர்களுக்குச் சேவையளிக்க வேண்டும் என்று விளக்கினால் புதியதாய்ச் சேர்பவர்களுக்கு எத்தனை எளிதாகப் புரியும் என்பதைக் கவனியுங்கள். கேட்பவர் காதுகளுக்கு புரியும்படித் தட்டுவது என்பது இதுதான்!

வாழ்க்கையிலும் வியாபாரத்திலும் வெறுமனே டேபிளில் தட்டிக் கொண்டே இருந்தால் பத்தாது. கேட்பவரின் காதுகளாக உங்கள் காதுகளைப் பாவியுங்கள். அறிவின் சாபத்திலிருந்து மீள நம் அறிவை சாபம் பீடித்திருக்கும் என்பதை உணருங்கள்.

போதையில் இருப்பவனை ஸ்டெடியாய் இருக்கிறோம் என்று எப்படி அவன் போதையே அவனைத் தவறாக நினைக்க வைக்கும். வண்டியை ஓட்டிக்கொண்டு வீடு போய்ச் சேரும் அசட்டு தைரியத்தைத் தந்து அவனை ஆஸ்பத்திரிக்கு அனுப்பியும் வைக்கும். அதேபோல் நம் அறிவும் அதைப் பீடித்திருக்கும் சாபமும் நம் கண்களை மறைக்கும். இதை உணர்ந்தாலே பாதி சாப விமோசனம் கிடைக்கும்.

மீதிக்கு மட்டுமே கொஞ்சம் மெனக்கெட வேண்டியிருக்கும்!

5

உள்குத்து இல்லாத உத்திக்குத் தேவை
தளபதியின் உள்நோக்கம்

'மவுண்ட் ரோடில் 30,35 கிலோமீட்டர் வேகத்தில் சென்று, ஜிஸ்டி பிடித்து அதில் ட்ராஃபிக்கைப் பொறுத்து சுங்குவார்சத்திரம் வரை 40, 45 கிலோமீட்டர் வேகத்தில் முன்னேறி, மகேந்திரா சிட்டி தாண்டி டீசல் நிரப்பி செங்கல்பட்டு டோல் பூத்தில் பணம் கட்டி வேகம் பிடித்து விக்கரவாண்டியில் சர்வீஸ் ரோடில் இறங்கி ஒரு நல்ல ஹோட்டலில் கும்பகோணம் ஃபில்டர் காபி குடித்து, வருகிறதோ இல்லையோ, வற்புறுத்தி பாத்ரூம் போய்விட்டு அரியலூர் வழியாக, ஸ்ரீரங்கம் தொடாமல் திருச்சி அடைந்து பால் பண்ணை அருகே எக்சிட் எடுத்து ஊருக்குள் நுழைந்து இரண்டாவது ட்ராஃபிக் சிக்னலில் இடப்பக்கம் திரும்பி எங்கும் திரும்பாமல் ஐஞ்ஷன் முன் திரும்பி நேராகச் சென்று பிள்ளையார் கோயில் எதிரே இருக்கும் நம் கிளை அலுவலகத்துக்கு மதியத்துக்குள் போகணும்.'

அவசரமாக திருச்சி போகவேண்டியிருக்கிறது எனில் உங்கள் கார் ட்ரைவரிடம் இப்படிக் கூறுவீர்களா? அல்லது இன்னைக்கு மத்தியானம் மூன்று மணிக்கு அங்க இருக்கணும் என்கிற உங்கள் அவசரத்தை மட்டும் சொல்வீர்களா?

உங்கள் தேவை என்ன? மூன்று மணிக்கு திருச்சி ஆபீஸில் இருப்பது. ட்ரைவரிடம் அதைக் கூறி எப்ப கிளம்பினா சரியா

இருக்கும் என்று மட்டும் கேட்டால் போதாதா? எந்த ரூட்டில் செல்வது, எந்த ஏரியாவில் ட்ராஃபிக் அதிகம், எந்த ரோட்டில் டோல் பூத் குறைவு, அதில் எங்கு கூட்டம் குறைவாக இருக்கும் போன்ற விஷயங்களை ட்ரைவர் முடிவு செய்யவிடுவதுதானே முறை. எல்லாவற்றையும் கிளிப்பிள்ளைக்குச் சொல்வதுபோல் முழுக் கதையையும் விளக்கி ட்ரைவரோடு சேர்ந்து வண்டியை ஸ்டார்ட் செய்து, ஒன்றாக கியர் மாற்றி, இருவரும் இணைந்து ப்ரேக் போடும் லெவலுக்கு ப்ளான் பண்ணுவது பாவம் இல்லையா?

'வகுக்கும் எந்தப் போர்த் திட்டமும் சரியானதே, எதிரியைக் களத்தில் சந்திக்கும் வரை' என்றார் அமெரிக்க படை தளபதி 'டாம் கால்டிட்ஸ்'.

ஒரு நாட்டின் அரசாங்கம் ராணுவத் தளபதியோடு போர்த் திட்டங்கள் தீட்டி வியூகங்கள் வகுக்கலாம். அத்திட்டங்கள் சிறிய பகுதிகளாகப் பிரிக்கப்பட்டு ஒவ்வொரு படை யூனிட்டும் என்ன செய்யவேண்டும்; எந்தக் கருவிகளைப் பயன்படுத்தவேண்டும்; எதை எப்படி எங்கு எப்போது செய்யவேண்டும் என்ற அனைத்தும் உத்தரவாக உபதளபதிகளுக்கு, மேஜர்களுக்கு, காப்டன்களுக்கு கடைசியில் போர்க்களத்தில் இருக்கும் வீரர்கள் வரை சென்றடைகிறது என்று வைத்துக்கொள்வோம். போரின் மொத்தக் கட்டமைப்பு முதல் போர்க்களத்தின் கடைசி அங்குலம் வரை அனைத்தும் ஆராயப்பட்டு, ஆழ அலசப்பட்டு, திறம்பட வகுக்கப்படும் திட்டங்களாகவே அவை இருந்து தொலையட்டும். ஆனால் அதில்தான் ப்ராப்ளமே. போர் ஆரம்பித்த பத்தாவது நிமிடம் அனைத்துத் திட்டங்களும் பயனற்றுப் போகலாம். போகும். போயே தீரும்!

போர்க்களத்தில் எதிர்பாராத நிகழ்வுகள் நடைபெறலாம். நடைபெறும். நடைபெற்றே தீரும். போர்க்களத்தின் சீதோஷ்ண நிலை பட்டென்று மாறலாம். படையின் முக்கிய அங்கம் அழிக்கப்படலாம். எதிர்பாராத வகையில் எதிரியின் தாக்குதல் அமையலாம். போட்ட திட்டங்கள் போரின் சத்தத்தில் அடங்கி, எதிராளியின் தீயில் பொசுங்கி, போர்க்களத்தின் புழுதியில் கரைந்து போகலாம். போகும். போயே தீரும்!

'படைகள் தோற்பதற்குக் காரணம் போர் ஆரம்பித்துப் பத்து நிமிடத்துக்குள் பயனற்றுப்போகும் போர்த் திட்டத்தின்மீது வைக்கப்படும் அபரிமிதமான நம்பிக்கை' என்கிறார் கால்டிட்ஸ். வகுக்கப்படும் திட்டத்தின் பயன் திட்டமிடும் நடவடிக்கை

நடைபெற்றது என்பதைக் காட்டத்தான் என்ற நிலைதான் மிஞ்சும் என்கிறார்.

போர் புரிவதுமுதல் பயணம் போவதுவரை, வாழ்க்கைமுதல் வியாபாரம்வரை நாம் மனதில் நிறுத்தவேண்டியது கால்டிட்ஸ் கூறிய உண்மையை: 'வகுக்கப்படும் எந்தத் திட்டமும் சரியானதே, எதிரியைப் போர்க்களத்தில் சந்திக்கும் வரை',

இதை உணர்ந்துதான் என்பதுகளில் அமெரிக்க படை தங்கள் போர்த் திட்டமிடும் முறையில் ஒரு பெரிய மாற்றத்தைக் கொண்டுவந்தது. அப்புதிய கோட்பாட்டின் பெயர் 'தளபதியின் உள்நோக்கம்' (Commander's Intent). வெற்றிகரமான மிஷன் எப்படி இருக்கவேண்டும் என்பதன் விவரிப்புதான் கமாண்டர்ஸ் இண்டெண்ட்.

பணி முடிவடையும்போது போர்க்களம் எப்படி இருக்கும் என்பதைப் படைத் தளபதி எப்படி கற்பனை செய்திருக்கிறார் என்பதை மட்டுமே விவரிக்கும் கமாண்டர்ஸ் இண்டெண்ட். அதாவது பணி நிறைவும் வெற்றியும் எப்படி இருக்கும் என்பதை மட்டுமே இது குறிக்கும்.

திட்டத்தை வெற்றிகரமாக நிறைவேற்றப் படையின் ஒவ்வொரு பிரிவும் தாங்கள் என்ன செய்யவேண்டுமோ அதை அவர்களே வகுத்துக்கொண்டு போர்க்களத்தில் போரின் நிலைக்கேற்ப மாறுபாடுகளைச் செய்து வெற்றிகரமாக முடிக்கும் அணுகுமுறையை வளர்த்துக்கொள்ள வழிவகுப்பதே கமாண்டர்ஸ் இண்டெண்ட்.

சென்று சேர வேண்டிய இடம், நேரம் தெரிந்தபின் அங்கு, அந்த நேரத்துக்குச் செல்லத் தேவையான திட்டத்தை இம்ப்ரொவைஸ் செய்து சொன்ன நேரத்தில், சொன்ன இடத்தை அடையத் தேவையான பொறுப்பை ட்ரைவரிடம் விட்டுவிடுவதே சிறந்த அணுகுமுறை என்ற உண்மையை உணர்த்தும் கோட்பாடு இது.

திட்டப்படும் ஆணையில் விலாவரியான திட்டங்களைக் குறிப்பிடாமல் போர்த் திட்டங்களின் இலக்கை மட்டும் குறிப்பிட்டு, புரியவேண்டிய நடவடிக்கையின் இறுதி நிலைப்பாடு எப்படி இருக்கவேண்டும் என்பதன் சுருக்கமான விளக்கம்தான் கமாண்டர்ஸ் இண்டெண்ட்.

ராணுவத் தலைமையகத்தில் அமர்ந்து விலாவாரியாகத் திட்டங்கள் திட்டிப் போரிடப்போகும் ஒவ்வொரு வீரரின் செயல் பாட்டையும் விளக்கிப் போரில் அவை பத்து காசுக்கு

பிரயோஜனம் இல்லாமல் போய் என்ன செய்வது என்று வீரர்களைத் தவிக்கவிட்டுப் போரில் தாக்க வரும் எதிராளியிடம் 'போய் நில்லுய்யா, என் மேலதிகாரிகள் விளக்கினா மாதிரி சண்டை போடறதா இருந்தா போடு, இல்ல நான் வரல இந்த விளையாட்டுக்கு' என்று திரும்பி வரும் வழியைச் சொல்வதல்ல!

பாகிஸ்தான் மீது 'சர்ஜிகல் ஸ்ட்ரைக்' செய்ய முடிவெடுத்த நம் அரசின் திட்டம்கூட இப்படித்தான் நிறைவேயிருக்கும். பிரதமரும் பாதுகாப்பு அமைச்சரும் ராணுவத் தளபதியும் டெல்லியில் அமர்ந்து போரிடவேண்டிய டீமை செலக்ட் செய்து, எங்கு தாக்க வேண்டும், அங்கு செல்லவேண்டிய விமான ஓட்டி எப்படி ஓட்ட வேண்டும், ஒவ்வொரு வீரரும் எப்படி முன்னேறி எப்படி தாக்க வேண்டும், தாக்கிவிட்டு எப்படி திரும்பவேண்டும் என்றா விலாவரியாகத் திட்டம் தீட்டியிருப்பார்களா? இல்லை!

'பணியை விரைந்து முடியுங்கள், நம் வீரர்களுக்கு எந்தச் சேதமும் நேராமல் பார்த்துக் கொள்ளுங்கள். எல்ஓசியை தாண்டிச் சென்று எதிரியைத் தாக்கும் அதிகாரம் உங்களுக்கு வழங்கப்படுகிறது. பாகிஸ்தான் குள்ளநரிகளுக்கு உறைக்கும்படிப் பாடம் புகட்டி வாருங்கள்' என்று மட்டும்தான் பிரதமரும் பாதுகாப்பு அமைச்சரும் கூறியிருப்பார்கள்.

ராணுவத் தளபதி அதை உபதளபதிகளுக்கு திட்டமாக விளக்க அவர்கள் எல்லையிலிருக்கும் மேஜர்களுக்கும் காப்டன்களுக்கும் விளக்கியிருப்பார்கள். அவர்கள் அதற்கேற்ப உபதிட்டங்கள் வகுத்துத் தந்திருப்பார்கள் அதை, போர் வீரர்கள் போர்க்களத்தின் தன்மைகளுக்கும் கட்டாயங்களுக்கும் ஏற்ப திறம்படப் பிரயோகித் திருப்பார்கள். நம் தேசத்தைத் தாக்கக் காத்திருந்த, தரித்திரம் பிடித்த தீவிரவாதிகளுக்கு திவசம் செய்து எள்ளும் தண்ணீரும் தெளித்து வெற்றியுடன் திரும்பியிருப்பார்கள். இப்படித்தானே நடந்திருக்கும்.

உங்கள் பிசினஸில் தளபதியின் உள்நோக்கத்தை வெற்றிகரமாக செயல்படுத்த முக்கியமானது திறமையாகப் பயிற்சியளிக்கப் பட்ட, உறுதியான நம்பிக்கை கொண்ட பணியாளர்கள். நிர்வாகம் வகுக்கும் திட்டங்கள் அவர்களுக்குப் புரிந்திருக்கவேண்டும். அதோடு அத்திட்டத்தைச் செயல்படுத்தும்போது ஏற்படும் தடங்கல்களை சமாளிக்க வகுக்கப்பட்ட திட்டங்களைத் தாண்டிச் செயல்படும் சாமர்த்தியம் அவர்களுக்கு இருக்கவேண்டும். திட்டங்களை மாற்றவேண்டும் என்பதற்காக மாற்ற முயலாமல்

வகுக்கப்பட்ட திட்டங்களின் குறிக்கோள்களை அடையத் தேவையான திறமையை வளர்த்துக்கொள்ளும் பயிற்சிகள் அவர்களுக்கு அளிக்கப்படவேண்டும்.

'திட்டமிட்ட முறையை வேண்டுமானால் ஒருவர் தொலைக் கலாம். ஆனால் திட்ட நோக்கத்தைச் செயல்படுத்தும் பொறுப்பை ஒருபோதும் இழக்கக்கூடாது' என்றார் கால்டிட்ஸ்.

இந்தியப்படை வெற்றிகரமாக நிகழ்த்திக் காட்டிய சர்ஜிகல் ஸ்ட்ரைக்கிலிருந்து பாகிஸ்தான் பல விஷயங்களைக் கற்றுக் கொண்டிருக்கும். நீங்கள் கற்றுக்கொள்ள வேண்டியது கமாண்டர்ஸ் இண்டெண்ட் என்கிற நவீனக் கோட்பாட்டின் தாத்பரியத்தை!

6

வெட்டிப் பேச்சால் கெட்டுப்போகும் விமானமும் வியாபாரமும்

9/11 என்றால் அமெரிக்க உலக வர்த்தக மைய டவர்களில் விமானங்கள் மோதி உலகைப் புரட்டிப்போட்ட 2001 வருடத் தீவிரவாதச் செயல் நினைவுக்கு வரும். ஆனால் நாம் பேசப் போவது அதே தேதியில் 1974ல் நடந்த விமான விபத்து பற்றி.

அன்று காலை சார்ல்ஸ்டன் நகரிலிருந்து ஷார்லட் என்ற ஊருக்குப் பறந்துகொண்டிருந்தது 'ஈஸ்டர்ன் ஏர் விமானம் 212'. ஷார்லட்டில் அன்று நல்ல பனி. இறங்கிக்கொண்டிருந்த விமானம் திடீரென்று ரன்வேக்கு சற்று முன்பு விழுந்து விபத்துக்குள்ளாக விமானத்தி லிருந்த 72 பேர் உயர் இழந்தனர்.

விபத்துக்கான காரணத்தை ஆராய்ந்த National Transportation Safety Board (NTSB) தன் அறிக்கையை 1975ஆம் ஆண்டு சமர்ப்பித்தது. விபத்துக்குக் காரணம் வானிலிருந்த பனி அல்ல, பைலட்டுகள் நாக்கிலிருந்த சனி!

பைலட்டுகள் வெட்டிப்பேச்சுப் பேசிக்கொண்டு லேண்ட் செய்ய முயன்றதால் விபத்து என்பது ஆய்வில் தெரிந்தது. கவனத்துடன் செய்யவேண்டிய பணியை அரசியல் கதைகளை அலசியவாறு அசால்ட்டாகச் செய்திருக்கிறார்கள். இந்த லட்சணத்தில் செகண்ட் ஹாண்ட் கார் வாங்குவது எப்படி என்பதைப் பற்றிய பேச்சு வேறு.

விமானிகள் சம்பாஷணையைப் பதிவு செய்யும் Cockpit Voice Recorder விமானங்களில் பொறுத்தப்படத் துவங்கிய பிறகு விபத்துக்குள்ளான விமானங்களை ஆய்வு செய்த NTSB, விபத்துகளுக்கு வெட்டிப்பேச்சுதான் வில்லனாக இருப்பதைச் சுட்டிக்காட்டியது.

விமானம் செலுத்தும்போது முக்கிய தருணங்களான டேக் ஆஃப், லேண்டிங் ஆகியவற்றைச் செய்யும்போது தேவையற்ற, கவனத்தை சிதறடிக்கக்கூடிய பேச்சுகளைத் தவிர்க்க விமான சேவையை மேற்பார்வையிடும் Federal Aviation Adminstration (FAA) 1981ல் 'ஸ்டெரையில் காக்பிட்' (Sterile Cockpit) என்ற கோட்பாட்டை அறிமுகப்படுத்தியது.

ஸ்டெரைல் என்பதற்குக் கிருமிகள் இல்லாத, மாசு நீக்கப்பட்டது என்று பொருள். காக்பிட் என்பது பைலட்கள் அமரும் இடம். இரண்டையும் சேருங்கள், கோட்பாடு புரியும். விமானத்தைச் செலுத்தும்போது முக்கிய தருணங்களில் காக்பிட்டில் விமானத்தைச் செலுத்தத் தேவையான அத்தியாவசியப் பேச்சைத் தவிர வேறேதும் பேசக்கூடாது என்ற கோட்பாடு.

பொதுவாக 10,000 அடி உயரத்திற்குக் கீழே விமானம் பறக்கும் தருணங்கள் முக்கியமானவை. ஒன்று ப்ளேன் டேக் ஆஃப் ஆகிறது. இல்லை லாண்ட் செய்கிறது என்று அர்த்தம். அந்தத் தருணங்களில் கண்டிப்பாக வெட்டிப் பேச்சு கூடாது என்பதே கோட்பாடு. 'ஜல்லிக்கட்டு தப்பா ரைட்டா' என்பது பற்றி பைலட்டுகள் 10,500 அடியில் பேசலாம். 9,500 அடியில் பேசக்கூடாது. பேசினால் இறங்கியவுடன் பைலட்டுகள் 'ஸ்டாண்ட் அப் ஆன் தி பென்ச்' தான், ஒருவேளை விபத்துக்குள்ளாகாமல் இறங்கினால்!

தொழிற்நுட்பம் வளராதிருந்த விமானச் சேவையின் துவக்க காலத்தில் வெட்டிப்பேச்சு பிரச்னை இல்லை. அக்கால அரதப் பழசு தொழிற்நுட்பத்தில் விமானத்தைக் கவனத்துடன் செலுத்துவது என்பதே பை பாஸ் சர்ஜரி செய்வதுபோல்தான் இருந்தது. கண்கொத்திப் பாம்பாகக் கவனித்து, பரீட்சை எழுதுவதுபோல் பதைபதைத்து, பூஜை செய்வதுபோல் மனதை ஒருமுகப் படுத்தித்தான் விமானத்தை ஓட்டவேண்டும்.

இது போதாதென்று இரைச்சலிடும் விமானச் சத்தமும் காற்றின் ஊளையிடும் ஓசைக்கு மத்தியில் பைலட் பேசுவது அவர் காதில் விழுந்தால் அதுவே பெரிய விஷயம். இதில் பக்கத்தில் அமர்ந்திருக்கும் பைலட் காதில் என்ன விழப்போகிறது,

எப்படித்தான் விழப்போகிறது. அச்சூழ்நிலையில் எங்கு பேசுவது, எதைப் பேசுவது. அதனால் கவனச் சிதறல் இல்லாமல் விமானத்தை ஓட்ட முடிந்தது.

இது ஜெட் யுகம். அதி நவீன தொழிற்நுட்ப ஜாலம். படம் பார்த்துக் கொண்டே பதவிசாக ப்ளேன் ஓட்டலாம். சௌகரியமான ஏசி, அடிக்கொரு தரம் அசை போட ஸ்னேக்ஸ், பத்திரிகை என்று கிட்டத்தட்ட ஃபை ஸ்டார் ஹோட்டலில் ரூம் போட்டதுபோல் காக்பிட்டுகள் இருப்பதால் பைலட்டுகளைக் கேட்கவேண்டுமா. வெட்டிப் பேச்சில் கட்டிப் போடப்படுகிறார்கள். அதனாலேயே இன்றைய உலகில் அவசியமாகிறது ஸ்டெரையில் காக்பிட் கோட்பாடு.

வியாபாரம் செய்வதும் விமானம் செலுத்துவது போலத்தானே. இங்கும் வெட்டிப் பேச்சுகள் வில்லங்கமாகி வியாபார விபத்து களை விளைவிக்கின்றன. வெட்டிப் பேச்சுகள் மட்டுமல்ல; கவனச் சிதறல் ஏற்படுத்தும் எதுவும் வில்லன்களே. பத்தாததற்கு வியாபாரத்திலும் கவனச் சிதறலை எளிதாக்க செல்ஃபோன், வாட்ஸ் ஆப், ஈமெயில், ஃபேஸ்புக், டிவிட்டர், இன்ஸ்டாக்ராம் என்று ஏகப்பட்ட ஜடங்கள் வந்துவிட்டதே.

மட்டுப்படுத்தப்பட்ட பேச்சு கம்பெனிகளின் பல படிநிலைகளில் பரவும் பாய்ஸன். பார்த்துப் பார்த்துக் களையவேண்டும். அதைக் களைய அவை எவ்வாறு துவங்குகிறது என்பதை முதலில் கவனியுங்கள். பொதுவாகவே நம்மவர்கள் வயதுக்கு மதிப்புத் தருபவர்கள். வயதானவர்களோடு பேசும்போது மட்டுப்படுத்தியே பேசுகிறோம். இதையே மரியாதை என்று நினைக்கிறோம். இதில் தப்பில்லைதான். ஆனால் முக்கிய முடிவெடுக்கும்போது வயதானவர் என்ற ஒரே காரணத்துக்காகப் பெரியவர்கள் தவறு செய்யும் போதும் அதைத் தட்டிக் கேட்காமல் மட்டுப்படுத்திப் பேசினால் எடுக்கும் முடிவுகள் தவறாகிப் போவதோடு தொழிலும் நசியத் துவங்குகிறது.

வயதை ஒட்டிய இன்னொரு விஷயம் அனுபவம். ஒருவருக்கு ஒரு துறையில் அதிக அனுபவம் இருந்தால் அவர் அத்துறை சார்ந்த விஷயங்களில் தவறு செய்யமாட்டார் என்பது உண்மைதான். ஆனால், அப்படியே எல்லா நேரங்களிலும் நடப்பதில்லை. அனுபவம் அவருக்குக் கை கொடுத்தாலும் அதுவே சமயங்களில் அவர் காலை வாரிவிடுவதும் உண்டு. ஓவர் கான்ஃபிடன்ஸ் உடம்புக்கு ஆகாது என்பதைத்தான் இரண்டாம் அத்தியாயத்தில்

பார்த்தோமே. அது போன்ற சமயங்களில் அனுபவஸ்தரிடம் மட்டுப்படுத்திப் பேசினால் வில்லங்கமே.

நம் கலாசார முறைப்படி எதிர்த்துப் பேசுவது என்பதைப் பொதுவாகவே தவறு என்று நினைக்கிறோம். எதிர்க்கவேண்டும் என்பதற்காகவே எதிர்ப்பவர்களை விட்டுவிடுங்கள். ஆனால் தொழில் சார்ந்த விஷயங்களில் அனைவரும் ஒத்துப்போக வேண்டும் என்பதற்காகவே ஒத்துப் போவதும் தவறே. தவறு இருக்கும் இடங்களிலோ அல்லது சில இடங்களில் மாற்றங்கள் தேவைப்பட்டாலோ அது சரி என்று புரிந்தால் அனைவரையும் எதிர்த்தாவது தன் கருத்தை மட்டுப்படுத்தாமல் ஊழியர்கள் கூறும் கலாசாரத்தை கம்பெனி முழுவதும் உருவாக்குவது முக்கியம்.

கவனச் சிதறல் இல்லாமல் ஊழியர் உற்பத்தித் திறனைப் பெருக்கும் வழியைத் தெரிந்துகொள்ள 'கார்னல் பல்கலைக் கழக'த்தின் 'லெஸ்லி பெர்லோ' 1997ல் ஐடி கம்பெனி ஒன்றில் ஆய்வு செய்தார். புதிய சாஃப்ட்வேர் தயாரிக்க மூன்று வருடம் தேவைப்பட்ட இக்கம்பெனி அதை ஒன்பது மாதங்களாகக் குறைக்க முடிவு செய்திருந்தது. பலரின் ஒருமித்த உழைப்பும், காலக்கெடுவும் பதற்றச் சூழலும் நிறைந்தது ஐடி துறை. அதிலும் கோடிங் பிரிவைச் சேர்ந்தவர்கள் கவனச் சிதறல் இல்லாமல் பணி புரிவது அவசியம். வேலை நேரத்தில் சந்தேகம் கேட்கும் சக ஊழியர்கள், வேலை நிலையை நொடிக்கொரு தரம் விசாரிக்கும் மேலாளர்கள், நச்சரிக்கும் ஃபோன் கால், ஈமெயில் என்று கவனச் சிதறல் ஏற்பட்டு அந்த ஐடி கம்பெனியில் சதா வேலை கெட்டுக் கொண்டிருந்த நேரம் அது.

இதற்கு முடிவு கட்டி குறிக்கோளை அடைய கம்பெனி ஸ்டெரையில் காக்பிட் கோட்பாட்டை கோடிங் துறையில் அறிமுகப்படுத்தியது. ஒவ்வொரு செவ்வாய், வியாழன், வெள்ளிக்கிழமை காலை முதல் மதியம் வரை 'நோ மூச்சு பேச்சு நேரங்கள்' என்று புதிய சட்டம் இயற்றியது. அந்நேரங்களில் கோடிங் துறையினரிடம் யாரும் எக்காரணம் கொண்டும் எதுவும் பேசக்கூடாது, ஃபோன் செய்யக்கூடாது, ஈமெயில் அனுப்பக் கூடாது என்று ரூல். இதனால் அந்நேரங்களில் கவனச் சிதறல் இல்லாமல் கோடிங் துறை ஊழியர்கள் பணி புரிய முடிந்தால் ஒன்பதே மாதங்களில் புதிய சாஃப்ட்வேரை அந்த கம்பெனி அறிமுகப்படுத்த முடிந்தது!

கம்பெனிகளில் ப்ரொடக்டிவிடியை அதிகரிக்க நிர்வாகத் திறன் மட்டும் பத்தாது. கவனச் சிதறல்கள் கவனமாகத்

தவிர்க்கப்படவேண்டும். நான் அஷ்டாவதானியாக்கும், ஒரே நேரத்தில் எட்டு வேலை செய்வேன் என்று இனியும் பீற்றிக் கொள்ளாதீர்கள். தூங்கிக்கொண்டே கார் ஓட்டிக் காமியுங்களேன்!

எட்டு வேலையை ஒரே நேரத்தில் செய்வதால் வேலை திறன் குறைவதை நீங்கள் அறிவதில்லை. அதேபோல் உங்கள் அலுவலகத்திலும் முக்கிய துறைகளில், முக்கிய தருணங்களில் ஸ்டைரையில் காக்பிட் உருவாக்குங்கள்.

வேலை நேரத்தில் பெரிய இம்சை சம்பந்தமே இல்லாத, தேவையற்ற 'cc' ஈமெயில்கள். இருவருக்கிடையே நடக்கும் சம்பாஷணையில் பணிக்கு சம்பந்தமில்லாதவர்களுக்கு காப்பி அனுப்புவதால் நேரம் செலவாகிக் கவனச் சிதறல் ஏற்படுகிறது. முக்கியமில்லாத 'cc' மெயில்களை சீசீ என்று ஒதுக்குங்கள். இப்படி ஒதுக்கப்படும் மெயில்களால் வாரத்துக்கு இரண்டு மணி நேரம் மிச்சமாகிறது என்கிறது ஒரு அமெரிக்க ஆய்வு!

மீட்டிங் ரூம் என்றால் சொகுசு டேபிள், சேர்களில் சௌகரியமாக அமர்ந்து காலாட்டிப் பேசும்போது சின்ன மீட்டிங் கூட வெட்டிப் பேச்சு, வீண் டாபிக்ஸ் என்று வளர்கிறது. இதைத் தவிர்க்கச் சிறிய மீட்டிங் என்றால் சேர் டேபிள் இல்லாமல் நின்றுகொண்டு பேசும் சிறிய ரூம்கள் இருந்தால் சின்ன மீட்டிங்குகள் சின்னதாக இருக்கும். கவனச் சிதறல் தவிர்க்கப்பட்டு நேரம் மிச்சப்படும்.

முக்கிய விஷயம் பேசும்போது கதவை மூடி 'தொந்தரவு செய்யாதீர்கள்' என்று போர்டு மாட்டுங்கள். இல்லையென்றால் செக்கில் கையெழுத்து, லீவ் லெட்டர் சாங்ஷன் என்று ஆளாளுக்கு வந்து அரை மணி நேர மீட்டிங் அரை நாள் இழுக்கும். எடுக்கும் முடிவுகளும் கவனச் சிதறலால் இழுவையில் முடியும்!

கவனச் சிதறலைக் கவனத்தில் வையுங்கள். வெட்டிப் பேச்சுகளை வெட்டி வையுங்கள். அலுவலகத்தில் ஸ்டைரையில் காக்பிட் உருவாக்குங்கள். உற்பத்தித் திறன் உயர்ந்து உங்கள் பிசினஸ் விமானம்போல் டேக் ஆஃப் ஆவதை உணர்வீர்கள்!

7

காரணம் தெரிய போஸ்ட் மார்ட்டம்
காரியம் சிறக்க ப்ரீ மார்ட்டம்

நினைத்தது நடக்காமல் போனால் ஒழிந்துபோகிறதென்று ஒதுக்கிவிடலாம். திட்டமிட்டது நடக்காமல் தோல்வியடைந்தால் தலையெழுத்து என்று விட்டுவிடலாம். அடைந்த தோல்வியைத் துறந்து, விழுந்த குழியிலிருந்து எழுந்து, வாங்கிய வசவைக்கூட மறந்துவிடலாம். ஆனால் தோல்விக்குக் காரணம் கேவலம் ஒரு சின்னத் தவறு என்று தெரியும்போது, பைசா பெறாத காரணத்துக்கு என்று புரியும்போது, சுலபமாகத் தவிர்த்திருக்கலாம் என்று அறியும்போது வலிக்கிறது. 'சே எப்படி தோணாம போச்சு', 'கண்ணு முன்னால இருந்ததை எப்படி கவனிக்காமவிட்டோம்' என்று வயிறெரிகிறது.

நடந்தபின் தெரியும் பின்னறிவை ஆங்கிலத்தில் Hindsight என்பார்கள். ஒரு விஷயம் நடந்த பின் அதன் காரணம் தெரிகிறது. முன்னேயே தெரிந்திருந்தால் சரியாய்ச் செய்து தோல்வியைத் தவிர்த்திருக்கலாம் என்பது பின்னறிவு.

போஸ்ட் மார்ட்டம் (Post mortem) செய்து இறந்த காரணத்தைத் தெரிந்துகொள் முடியும். ஆனால் இறக்கப் போவதன் காரணத்தை முன்பே அறிந்துகொண்டு இறப்பைத் தவிர்க்க முடியுமா?

'ப்ரீமார்ட்டம்' (Premortem) செய்தால் முடியும் என்கிறார் 'கேரி க்ளைன்' என்ற ஆராய்ச்சி உளவியலாளர். இவர் கூறுவது புரிவதற்கு 1989ல் நடந்த ஆய்வு ஒன்றை விளக்குவது

| 46 |

அவசியமாகிறது. ஆய்வைச் செய்தவர்கள் 'டெபரா மிஷல்', 'எட்வர்ட் ரஸ்ஸோ' மற்றும் 'நான்சி பெனிங்டன்' என்ற பேராசிரியர்கள். நடந்து முடியாத செயலை முடிந்துவிட்டது என்று கற்பனை செய்து என்ன நடந்திருக்கும் அது எப்படி முடிந்திருக்கும், என்ன காரணங்களால் அப்படி நடந்திருக்கும் என்று முன்கூட்டியே அனுமானிக்கும்போது சரியான காரணங் களைத் தெரிந்துகொள்ளும் சாத்தியக்கூறு முப்பது சதவீதம் அதிகரிக்கிறது என்று கண்டுபிடித்தனர்.

திட்டமிடும் விஷயம் முடிந்துவிட்டது என்று பாவித்து என்ன நடந்திருக்கும், எப்படி நடந்திருக்கும், எதனால் நடந்திருக்கும் என்று கண்டறிவதை 'வருங்காலப் பின்னறிவு' (Prospective hindsight) என்றனர். ஆய்வு முடிவுகளை Journal of Behavioural Decision Making-ல் கட்டுரையாக எழுதினர். கட்டுரையின் அழகான தலைப்பு Back to the future - மீண்டும் வருங்காலத்துக்கு!

(நான் அமெரிக்காவில் எம்பிஏ படிக்கையில் இந்த டெபரா மிஷல்தான் என் Consumer Behaviour வகுப்பு பேராசிரியர் என்பதில் எனக்கு இன்றும் அலாதி பெருமிதம் உண்டு!)

வருங்காலப் பின்னறிவை அடிப்படையாக வைத்து கேரி க்ளைன் கூறிய கோட்பாடுதான் ப்ரீமார்ட்டம். போஸ்ட் மார்ட்டம் செய்து இறந்த காரணம் தெரியும்போது இறந்தவர் குடும்பம், டாக்டர், போலீஸ் என்று அனைவருக்கும் பயன் உண்டு. இறந்தவரைத் தவிர!

தொழில் சார்ந்த சூழ்நிலையில் ஒரு ப்ராஜெக்ட்டை ஆரம்பிக்கும் முன் ப்ரீமார்ட்டம் செய்யும்போது சரியாக அனுமானித்து அது சரியாகச் செய்யப்பட்டு, தோல்வியடைந்து போஸ்ட் மார்ட்டம் செய்ய வேண்டிய நிலை வராமல் தடுக்கிறது.

தோல்வியடையும் ப்ராஜெக்ட் ரெவ்யூ மீட்டிங்கில் பெரும்பாலும் 'என்ன நடந்து தொலைத்தது, ஏன் ஃபெயிலியர்' என்றுதான் கேட்கப்படுகிறது. ஆனால் ப்ரீமார்ட்டம் என்பது டாக்டரிடம் 'பேஷண்ட் போய்விட்டார் என்று நினைத்துக்கொள்ளுங்கள். என்ன ஆனது, எப்படி இறந்தார் என்று கூறுங்கள்' என்று கூறுவது போல.

அதேபோல் ப்ராஜெக்ட் துவங்குகுமுன் ஊழியர்களிடம் 'இப்போது நாம் வருங்காலத்தில் இருப்பதாகக் கற்பனை செய்யுங்கள். இந்த ப்ராஜெக்ட் தோல்வியில் முடிந்துவிட்டது என்று நினைத்துக் கொள்ளுங்கள். எதனால் தோல்வியடைந்தது என்று கூறுங்கள்' எனும்போது ப்ராஜக்ட் தோல்வியில் முடிய நேரிடும் காரணங்கள் முன்பே தெரியும்.

கடுமையான இன்றைய பிசினஸ் போட்டி யுகத்தில் கம்பெனி ப்ராஜெட்டுகள் தோல்வியில் முடிவது அதிகரித்த வண்ணம் இருக்கிறது. இதற்கு முக்கிய காரணம் ப்ராஜெட்டுகளைத் திட்டமிடும் குழுவிலுள்ள அனைவரும் தங்கள் சந்தேகங்கள், நம்பிக்கையின்மையை மற்றவரிடம் விளக்கிக் கூறத் தயங்குகின்றனர். திட்டமிடுதலில் உள்ள தவறுகளைக் கூறினால் தங்களைக் கடிந்துகொள்வார்களோ என்று தயங்கி எதையும் சொல்லாமல் அமைதிகாக்கின்றனர்.

திட்டமிடும்போதே அனைவரையும் ஃப்ரீயாக மனம் திறந்து பேச வைத்தால் மட்டுமே ப்ராஜெட்டுகள் பிழைக்கமுடியும். இதற்கு உதவுகிறது ப்ரீமார்ட்டம். திட்டமிட்டு முடித்த பின் ப்ராஜெக்ட் தலைவர் தன் அணியினரிடம் 'நாம் நினைத்தபடி நடக்காமல் தோல்வியில் முடிந்துவிட்டது என்று நினைத்துக்கொள்ளுங்கள். எதனால் தோல்வியடைந்திருக்கும், எங்கு தவறுகள் நடந்தன என்பதை ஒரு பேப்பரில் எழுதுங்கள்' என்று கூறவேண்டும். இப்படிக் கூறும்போது அணியினரும் திட்டமிடும்போது தங்கள் மனதில் தவறென்று நினைத்து அதைக் கூறத் தயங்கிய விஷயங்களைத் தயங்காமல் எழுதுவார்கள்.

திட்டமிட்டு நடந்து ப்ராஜெக்ட் தோல்வியடைந்து எல்லாரிடமும் திட்டு வாங்கி போஸ்ட்மார்ட்டம் செய்யப்படுவதைவிடத் திட்ட மிடும்போதே அதிலுள்ள தவறுகளைக் கண்டுபிடித்துத் தெளிவாய்த் திட்டமிட்டுத் திறனாக ப்ராஜெக்ட்டுகள் நிறைவேற்ற உதவும் கோட்பாடுதான் ப்ரீமார்ட்டம். திட்டமிடும்போதே அனைவரின் கருத்துகளும் கேட்கப்படுவதால் ஊழியர்களுக்கும் தங்கள் கருத்துகள் மதிக்கப்படுகின்றன என்று இன்னமும்கூட உத்வேகத்துடன் திட்டமிட உதவுவார்கள்.

போஸ்ட்மார்ட்டம் செய்து சடலத்தை மூடுவதைவிட ப்ரீமார்ட்டம் செய்து ஆயுசைக் கூட்டுவதுதானே சரியான வழி!

பின்னறிவு நல்ல விஷயம்தான். ஆனால் வருங்காலப் பின்னறிவு இன்னமும் பெட்டர் இல்லையா?

உங்களிடம் ஒரு கேள்வி. ஐந்து வருடங்களில் உங்கள் ப்ராண்ட் தமிழகத்தில் நம்பர் ஒன்னாக வருவதற்கான சாத்தியக்கூறு என்ன? எந்தக் காரணங்களால் அப்படி நடக்கும் என்று நினைக்கிறீர்கள்? இப்படிக் கேட்கும்போது உங்களால் ஒரு பாணியில் விடையளிக்க முடியும்.

இதே கேள்வியைச் சற்றே மாற்றிக் கேட்கிறேன். நாம் இப்போது ஐந்து வருடங்கள் கழித்து அந்த வருங்காலத்தில் இருக்கிறோம். ஒரு பெரிய விஷயம் நடந்திருக்கிறது. உங்கள் ப்ராண்ட்

தமிழகத்தில் நம்பர் ஒன் நிலையை அடைந்திருக்கிறது. எந்தக் காரணங்களால் இது நடந்தது என்று கூறுங்கள்.

இரண்டு கேள்வியும் ஒன்றுபோல் தோன்றினாலும் இரண்டாவது கேள்விக்கு விடை கூற உணர்வுபூர்வமாகச் சிந்திக்கவேண்டி யிருப்பதைக் கவனியுங்கள். வருங்காலப் பின்னறிவோடும் சிந்திக்க வேண்டியிருப்பதாலும் வருங்காலத்திலிருந்து பின்னோக்கிப் பார்த்துப் பதில் கூறவேண்டியிருப்பதாலும் என்னென்ன நடந்திருக்கும் என்று காரணங்களைக் கண்டுபிடிப்பது எளிதாகிறது.

டெபரா மிஷல் செய்த ஆய்வில் இன்னொரு கேள்வி கேட்கப் பட்டது: கம்பெனியில் புதிதாய்ச் சேர்ந்த ஒரு ஊழியரின் பணிகள் விவரமாகக் கூறப்பட்டு அவர் ஆறு மாதத்தில் தன் வேலையை ராஜினாமா செய்கிறார். என்ன காரணங்களுக்காக அவர் வேலை விடுகிறார் என்று கூறுங்கள் என்று கேட்கப்பட்டது. கேட்கப் பட்டவர்கள் சராசரியாக 3.5 காரணங்கள் கூறினர்.

அதே கேள்வி இன்னொரு குழுவினரிடம் வருங்காலப் பின்னறிவு ஸ்டைலில் கேட்கப்பட்டது. ஆறு மாதம் கழிந்துவிட்டது, நாம் வருங்காலத்தில் இருக்கிறோம் என்று நினைத்துக்கொள்ளுங்கள். அந்த ஊழியர் ஏன் வேலையை ராஜினாமா செய்திருக்கிறார் என்று கூறுங்கள். இப்படிக் கேட்கப்பட்டவர்கள் சராசரியாக 4.4 காரணங் களைக் கூறினர். இவர்கள் பதில்கள் முந்தைய குழுவினரைவிட இன்னமும்கூட ஏற்புடையதாகவும் தெளிவாகவும் இருந்தன!

வருங்காலப் பின்னறிவு நம்மை ஆழமாக, அதிகமாகச் சிந்திக்கத் தூண்டுகிறது. நிகழ்காலத்துக்கும் வருங்காலத்துக்கும் இடையே உள்ள இடைவெளியை, தெளிவாக நிரப்புகிறது. வருங்காலத்தைக் கணிக்கும் கடினமான வேலையைவிட வருங்காலத்துக்கு நாம் சென்று கடந்த வந்து காலம் எப்படி இருந்திருக்கும் என்று கணிக்கும் பணி எளிமையானது மட்டுமல்ல, வலிமையானதும்கூட!

தத்துவார்த்த அறிவுரை ஒன்றைக் கேள்விப்பட்டிருப்பீர்கள். நீங்கள் இறந்தபின் உங்கள் கல்லறையில் என்ன எழுதப் பட்டிருக்கும், சுற்றியுள்ளவர்கள் உங்களைப்பற்றி என்ன கூறுவார்கள் என்று நினைக்கிறீர்கள் என்று எப்போதும் நினைத்து வாழ்ந்தால், வாழ்க்கை பயனுள்ளதாக இருக்கும், உங்கள் வாழ்க்கையும் பிறருக்குப் பயனுள்ளதாக அமையும் என்பார்கள்.

வாழ்க்கையின் முடிவில் உங்கள் கல்லறையில் எழுதப்பட விரும்பும் வாக்கியம்போல் வாழ ஆசைப்பட்டாலும் சரி, வியாபாரத்தில் தெளிவாகத் திட்டமிட்டு சரியாகச் செயல்பட்டு வெற்றி பெற விரும்பினாலும் சரி, நீங்கள் செய்யவேண்டிய காரியம் ப்ரீமார்ட்டம்!

8

சிரிப்பது சீரியஸ் மேட்டராக்கும்

உங்களுக்குக் குழந்தை இருக்கிறதா? அட்லீஸ்ட் எப்போதாவது குழந்தையாக இருந்த அனுபவம் உண்டா? அந்தப் பருவத்தைக் கொஞ்சம் நினைத்துப் பாருங்கள்.

அப்போது கவலையின்றி மனம் விட்டு சிரிக்க நாம் தயங்கியதே இல்லை. பரீட்சையில் ஃபெயிலானபோதுகூட வெட்கமே இல்லாமல் சிரித்தோம். ஆசிரியர் அடித்ததைகூட பாரத ரத்னா பட்டம்போல் வாங்கிக்கொண்டோம். வாழ்க்கையில் எதையாவது சீரியஸாக எடுத்துக்கொண்டோமா?

அந்த 'நாம்' இப்போது எங்கே? அந்த 'நம்மை' எங்கு இழந்தோம்? என்ன ஆகித் தொலைத்தது 'நமக்கு'?

நான்கு வயது குழந்தை சராசரியாக ஒரு நாளைக்கு முன்னூறு முறை சிரிக்கிறதாம். நாற்பது வயதுக்காரர் ஒரு நாளைக்கு சிரிப்பது நான்கு முறை மட்டுமே. நாற்பது வயதானால் நாய் குணம் என்பார்கள். அதற்காகக் குரைத்துக்கொண்டுதான் இருக்க வேண்டுமா... சிரிக்க வேண்டாமா?

பிறந்த குழந்தை சிரிக்கிறது. ஹாஸ்யம் என்றால் என்ன என்று தெரிந்தா சிரிக்கிறது? சிரிக்கப் பிறந்தோம் என்பதுபோல் சந்தோஷமாய் சிரிக்கிறது. இதை ஏன் மறந்தோம்?

அதுவும் ஆபீஸ் என்றால் சீரியஸாக இருக்கவேண்டும் என்று ரூலா? தொழில் என்றால் சிரிக்கக்கூடாது என்று சட்டமா? மீட்டிங்

என்றால் எழுவுவீடுபோல் உம்மென்று முகத்தை வைக்கவேண்டும் என்று ஐதீகமா?

சந்தோஷமாய் சிரித்துக்கொண்டிருந்த நம் வாழ்க்கை சிலபஸ் எங்கு, எப்போது, ஏன் மாறியது?

அமெரிக்காவில் 'கேலப்' நிறுவன ஆய்வில் மக்கள் வார நாட்களைவிட வார முடிவில்தான் அதிகம் சிரிக்கிறார்கள் என்று கண்டுபிடித்திருக்கிறது. ஆபீஸ் என்றால் அழ வேண்டும் என்று என்ன அவசியமோ?

வாழ்க்கையை அநியாயத்துக்கு சீரியசாக எடுத்துக்கொள்கிறோம். அப்படி எடுத்து என்னத்தை கண்டோம். சாதித்தவர்கள் கதை படித்தால் அவர்கள் எவ்வளவு ஈசியாக, ஜாலியாக, சிரித்துக் கொண்டு வாழ்க்கையைச் சந்தித்திருக்கிறார்கள் என்பது புரியும். முடிந்தால் Surely you are joking Dr. Feynman என்ற புத்தகத்தைப் படியுங்கள். ஃபிசிக்ஸில் நோபல் பரிசு பெற்ற 'ரிச்சர்ட் ஃபெயின்மென்' தன் வாழ்க்கையை அலசுகிறார். இவர் சாதனையின் ஒரு சதவீதத்தை இன்னொருவர் செய்வது சந்தேகமே. குறும்புக்கார மனிதர் என்ன அழகான வாழ்க்கை வாழ்ந்திருக்கிறார். அவர் வெற்றிக்குக் காரணம் அவர் நகைச்சுவை உணர்வே என்பது அவர் புத்தகத்தைப் படித்தால் புரியும். நாமும் இருக்கிறோமே, விளக்கெண்ணெய் குடித்ததுபோல் முகத்தை வைத்துக்கொண்டு.

வாழ்க்கையில் வியாபாரத்தில் நகைச்சுவை உணர்வின் முக்கியத்துவம்பற்றி அமெரிக்காவில் பல ஆய்வுகள் செய்யப் படுகின்றன. பல ஆராய்ச்சிப் புத்தகங்கள் எழுதப்பட்டிருக்கின்றன. நகைச்சுவையைப் படு சீரியஸாகப் பார்க்கிறார்கள் அவர்கள்.

ஆபீஸில் தவழும் நகைச்சுவை உணர்வின் அளவை நிர்ணயிப்பது அங்கு உருவாக்கப்பட்டிருக்கும் கலாசாரம் என்கிறார் 'மைக்கேல் கெர்'. The Humour Advantage' என்ற புத்தகத்தின் ஆசிரியர். எங்கெல்லாம் ஊழியர்கள் ஃப்ரீயாக விடப்பட்டு நகைச்சுவை உணர்வு மிக்கவர்களா இருக்கிறார்களோ அங்கு புதுமைகள் பீறிட்டு அடிக்கிறதாம். ஆபீஸ் சூழல் அமைதியாக இருக்கிறதாம். ஊழியம் படு ஜோராக நடக்கிறதாம்.

ஆபீஸில் நகைச்சுவை உணர்வு நிரம்பி, ஜாலியான சூழல் ததும்பி, கலகலவென்று இருந்தால் பயன்கள் கொட்டும் என்று பல ஆராய்ச்சிகள் அறிவுறுத்துகின்றன.

நகைச்சுவை உணர்வு மன அழுத்தத்தைப் போக்கவல்லது. வாய் விட்டுச் சிரித்தால் நோய் விட்டுப்போகும் என்பார்கள். ஆபீஸில்

டென்ஷனை குறைக்கவும் அதனால் எழும் மன சஞ்சலங்களைப் போக்கக் கூடிய வல்லமை படைத்தது நகைச்சுவை உணர்வு.

நகைச்சுவை உணர்வு ஊழியர்களுக்குள் நிலவும் சமூக விலகலைப் போக்கி அனைவரையும் ஒன்றாக இணைக்கும்.

பிடித்தவர்களோடு பணிபுரியவே அனைவரும் விரும்புவார்கள். அதுவும் விழித்திருக்கும் வாழ்க்கையின் பெரும்பாலான பகுதியை ஆபீஸில் கழிக்கவேண்டிய தலையெழுத்து இருக்கும்போது கலகலவென்று சிரித்த முகத்தோடு, ஹாஸ்யம் ததும்பும் நபர்களோடு பழகவும் பணிபுரியவுமே அனைவரும் விரும்புவார் கள். சிரித்து, சந்தோஷம் இருக்கும் இடம் மனிதம் வளர உதவும். ஆபீஸில் அநாவசிய டென்ஷனைக் குறைக்கும். அனைவரும் மனம் விட்டுப் பேச வைக்கும். பிரச்னைகளை பொடிப் பொடியாக்கும். ஊழியர்களை சுய ஊக்கத்துடன் உழைக்க வைக்கும். கம்பெனியின் செயல்திறனை அதிகரிக்கும்.

சரி, என் தொழிலில், ஆபீஸில் நகைச்சுவை உணர்வை எப்படி வளர்த்துக்கொள்வது என்று கேட்பவர்களுக்கு. சிரிக்கக் கூடச் சொல்லித் தரவேண்டியிருக்கிறது பாருங்கள். ஏதோ இந்த மட்டும் சிரிக்க முயல்கிறேன் என்கிறீர்களே, அதுவரை ஷேமம்.

முதல் காரியமாக உங்களை நீங்களே கிண்டல் செய்துகொள்ளப் பழகுங்கள். வாழைப்பழத் தோல் வழுக்கி யாரேனும் விழுந்தால் சிரிக்கிறோம். நாமே விழும்போது ஏன் சிரிக்கக்கூடாது?

ஒரு படத்தில் நாகேஷ் டாக்டர். அவரை பார்க்க வரும் பேஷண்ட் 'இங்கு இரண்டாவதுமுறை வருகிறேன்' என்பார். நாகேஷ் பட்டென்று 'இருக்க முடியாதே' என்பார்!

இதுபோல் நம்மை நாமே ஜாலியாகக் கிண்டல் செய்து சிரிக்கலாமே. இப்படி நடந்தால் ஊழியர்களுக்கு உங்களை எளிதில் பிடித்துப் போகும். ஃப்ரீயாக பயமில்லாமல் உங்களிடம் தங்கள் எண்ணங்களைப் பகிர்ந்து கொள்வார்கள். தொழிலில் அவர்கள் பங்களிப்பு அதிகரிப்பதைப் பார்ப்பீர்கள். நீங்களே உங்கள் அலுவலகத்தில் முன் மாதிரியாக இருந்து பாருங்களேன். தலை ஆடும்போது வாலும் சேர்ந்து ஆடும். சிரித்துக்கொண்டே ஆடும்!

ஒவ்வொரு மீட்டிங் துவங்கும் முன்பும் ஆபீஸில் நடந்த நகைச்சுவை நிகழ்வு ஒன்றை யாராவது விவரிக்கவேண்டும் என்று கறாராகக் கூறுங்கள். பிறகு பாருங்கள் மீட்டிங்கே ஜமாய்க்கும். மீட்டிங்கில் யாராவது ஜோக் அடித்தால் சந்தோஷமாகச் சிரியுங்கள். அவரை மனம் விட்டுப் பாராட்டுங்கள். அனைவரும்

உத்வேகத்துடன் பணிபுரிவதைப் பார்ப்பீர்கள். மீட்டிங் ரூம் கொஞ்சம் கலகலவென்றுதான் இருந்து தொலைக்கட்டுமே. அது என்ன, எதையோ போர்த்திக் கிடத்தும் ரேழியா?

உங்கள் ஊழியர்களைச் சிரிக்கவைக்க நீங்கள் ஜோக் அடிக்க வேண்டும் என்றுகூட அவசியமில்லை. அவர்கள் சிரித்து சந்தோஷ மாக இருக்கும்படி ஆபீஸை மாற்றுங்கள், போதும். தனியாக இருப்பதைக் காட்டிலும் மற்றவர்களோடு சேர்ந்து இருக்கும் போது முப்பது தரம் அதிகம் சிரிக்கிறோம் என்று கண்டுபிடித்திருக் கிறார்கள் உளவியலாளர்கள்.

நிர்வாகியாய் லட்சணமாய் இதை உங்கள் ஆபீஸில் சாத்தியப் படுத்த சிம்பிளான சில விஷயங்கள் செய்ய முயலுங்கள். உங்கள் ஆபீஸில் தப்பித் தவறி கேண்டீன் அல்லது சமையல் அறை இருந்தால் மாதம் ஒரு முறை ஆண் பணியாளர்களைக் கொண்ட குழுக்கள் அமைத்து ஒவ்வொரு மாதமும் ஒரு குழு சமைத்து மற்றவர்களுக்குப் பரிமாற வேண்டும் என்று சொல்லிப் பாருங்கள். அவர்கள் சமையல் எப்படியிருக்கும் என்று தெரியாது, ஆனால் அதைச் சமைக்கும் போதும் பரிமாறும் போதும் கிண்டல், கேலி, கூத்துக்கள் அனைவரின் வயிற்றையும் மனதையும் நிறைப்பதைக் காண்பீர்கள்!

உங்கள் ஆபீஸ் விழாக்களில் கண்டிப்பாக ஒவ்வொருவரும் ஏதோ ஒருவகையில் மற்றவர்கள் முன் எதையாவது செய்து காட்ட வேண்டும் என்று கட்டளையே இடுங்கள். நன்றாகப் பாடத் தெரிந்த வரைப் பாடச் சொல்லாதீர்கள். அவரை நடித்துக் காட்டச் சொல்லுங் கள். தமாஷாக மிமிக்ரி செய்பவரைப் பாட்டுப் பாடச் சொல்லுங்கள். பிறகு பாருங்கள் அந்த விழாவே களை கட்டும் அழகை!

எப்போதும் ஆபீஸையே கட்டிக்கொண்டு அழாமல் ஆண்டுக்கு ஒருமுறை அனைவரோடும் பிக்னிக் செல்லப் பழகுங்கள். முடிந்தால் ஊழியர்கள் அனைவரையும் அவர்கள் குடும்பத்தோடு வரச் சொல்லுங்கள்.

மூன்று மாதங்களுக்கு ஒரு முறை பணியாளர்களோடு சேர்ந்து சினிமா, டிராமா செல்வதை வழக்கமாக்கிக் கொள்ளுங்கள். அலுவலகத்தில் தனியாக Humour Club ஆரம்பித்தாலும் தப்பில்லை. அதை ஒழுங்காய் நடத்தாமல் இருந்தால்தான் மகா தப்பு!

'ஐபிஎம்' தன் ஆபீஸ் ரூம்களுக்கு தமாஷான பெயர்கள் சூட்டியிருக்கிறது. அவர்கள் மீட்டிங் ரூம் பெயர் கஜகூகூ! அதற்கென்ன அர்த்தம்? 'இபாங் குபாங் ஜபாங்' என்பதற்கு என்ன

அர்த்தம்? அதே அர்த்தம்தான். உங்கள் ஆபீஸ் ரூம்களுக்கும் இப்படிப் பெயர் சூட்டு விழா வைத்தால் குறைந்தா போவீர்கள்.

நல்ல ஜோக்ஸ், மீம்ஸ் வந்தால் அதை நண்பர்களுக்கு ஃபார்வர்ட் செய்கிறீர்கள். உங்கள் ஊழியர்களுக்கும் அனுப்புங்களேன். நீங்கள் நகைச்சுவை உணர்வு மிக்கவர் என்று அவர்களுக்கு தெரிந்தால் குடியா மூழ்கும்? அவர்களுக்கு உங்கள் மீது இன்னமும் அன்யோன்யம் அல்லவா வளரும்.

வேலைக்கு ஆட்கள் எடுக்கும்போதே நகைச்சுவை உணர்வு உள்ளவரா என்று பார்த்துத் தேர்ந்தெடுங்கள். முசுடுகளை அருகில் சேர்க்காதீர்கள். சிரிக்கத் தெரியாதவர்கள் சீட்டைக் கிழித்து வீட்டுக்கு அனுப்புங்கள்.

Zifo RnD Solutions என்ற சென்னை கம்பெனியினர் உலகின் தலைசிறந்த பன்னாட்டு ஃபார்மசூட்டிகல் நிறுவனங்களோடு சேர்ந்து பணியாற்றுபவர்கள். இவர்கள் கம்பெனியில் நகைச்சுவையை ஒரு கலாசாரமாகவே ஆக்கியிருக்கிறார்கள். இங்கு ஊழியர்களின் சராசரி வயது இருபத்தி நான்குதான். ஊழியர்களைச் சிறைபடுத்தும் தடுப்புகள் இல்லாத அலுவலக வடிவமைப்பு. ஆட்டம், பாட்டம், கூத்து, 'பிரியாணி நாள்' கொண்டாட்டம், அரட்டையடிக்க 'டவுன்ஹால் மீட்டிங்' என்று ஆபீஸே தினம் களைகட்டுகிறது. இக்கம்பெனி இந்தியாவின் 'டாப் 50' சிறந்த பணியிடங்களில் ஒன்று என்கிறது Best Places To Work Institute' என்ற உலகின் தலைசிறந்த ரேட்டிங் அமைப்பு.

இப்படிச் சிரிக்கும் கம்பெனி சிரிப்பாய் சிரிக்கத்தான் லாயக்கு என்று தப்புக்கணக்கு போடாதீர்கள். இந்தியாவில் வேகமாக வளரும் 'டாப் 50' தொழிற்நுட்ப கம்பெனிகளில் ஒன்று' என்று இக்கம்பெனியைப் பாராட்டுகிறது 'டிலாய்ட்'. சிரித்து, சந்தோஷத்துடன் பணி புரிவதால் ஊழியர்கள் லேசில் வேலையை விட்டுபோகமாட்டேன் என்று அழிச்சாட்டியம் செய்கிறார்கள்.

சிரிப்பை சீரியஸாக எடுத்துகொண்டு வேடிக்கையை ஆபீஸில் வாடிக்கை ஆக்கியிருக்கிறது Zifo RnD Solutions. இத்தனைக்கும் உயிர் காக்கும் மருந்துகள் கண்டுபிடிக்கும் ஃபார்மசூட்டிகல் நிறுவனங்களுக்கு உதவும் கம்பெனி இது என்பது குறிப்பிடத்தக்கது. உங்கள் கம்பெனி மட்டும் என்ன பாவம் பண்ணியது சார்?

வாழ்வது ஒரு முறை, அதை கொஞ்சம் ஜாலியாய் செய்துவிட்டு தான் போவோமே!

9

லாவண்டர் ப்ளவுஸ் கற்றுத் தரும் பாடம்

'**மி**க்ஸி ரிப்பேருக்கு தந்திருக்கேன், வரும்போது வாங்கிட்டு வாங்க' என்கிறாள் மனைவி. திரும்புகையில் வீடு ஞாபகம் இருக்கிறது. ஓரளவு மனைவியும் ஞாபகம் இருக்கிறது. மிக்ஸி மறந்துவிடுகிறது. வெறுங்கையோடு வீடு வரும் உங்களைப் பார்க்கிறாள் தர்மபத்தினி. 'போச்சுடா, கல்யாணம் ஆனதிலிருந்து மறந்த விஷயங்கள் அனைத்தையும் வாய்ஸ் மாடுலேஷனுடன் ஒரு பாடு புலம்பப்போகிறாள்' என்று நீங்கள் நினைக்கும்போது 'என்ன மறந்துட்டீங்களா, பரவாயில்லை விடுங்க, போன மாசம் ஆபிஸிலேருந்து வரும்போது டெய்லர்டேருந்து என் லேவண்டர் ப்ளவுஸ் ஞாபகமா வாங்கிட்டு வந்தீங்களே, நல்லா ஞாபகம் இருக்கு' என்று மனைவி கூறினால் மாரடைப்பு வருமா வராதா!

பலருக்கு இப்படி மனைவி கிட்டுவதில்லை. நாமும்கூட அப்படி வாழ்வதில்லை. வாழ்க்கையும் வியாபாரமும் இப்படி அமைவதில்லை.

'அது சரியில்லை, இது சரியில்லை என்று குறைகளைத் தேடிப் பிடித்துப் புலம்புகிறோம். ஆனால், இது சரியாயிருக்கு, அது சரியாயிருக்கு' என்று என்றைக்காவது நிறைகளைக் கவனிக்கிறோமா?

குறைகளை மட்டுமே தோண்டித் துருவி தேடி கண்டுபிடிப்பது டாக்டர்கள் வேலை. மற்றவர்களுக்கு இது பொருந்தாது. பொருந்தக்

கூடாது. ஆனால் இப்படித்தான் வாழ்கிறோம். இப்படித்தான் வியாபாரமும் செய்கிறோம்.

வாழ்க்கையிலும் வியாபாரத்திலும் நாம் செய்யும் செயல்களுக்கு ரிப்போர்ட் கார்ட் தயாரித்து அலசினால் பல விஷயங்களில் நாம் தவறு செய்து ஃபெயில் ஆவது புரியும். அதைப் பட்டியலிட்டு ஒவ்வொன்றாக சரி செய்யத் துவங்கினால் ஏழு ஜென்மம் பத்தாது!

பிரச்னைகள் சூழ்ந்திருக்கும்போதும் சவாலான நேரங்களிலும் முடிவு பக்காவாதம் நம்மைப் பீடித்து பாடாய்ப்படுத்தும். அது போன்ற சமயங்களில் பிரச்னைகளைத் தீர்க்கவும், மாற்றங்களைப் படைக்கவும் தேவை தெளிவான பார்வை, சரியான அணுகுமுறை. எங்கு செல்வது, என்ன செய்வது, எப்படி செய்வது என்ற கேள்வி களுக்கான பதில்களைப் பெற நமக்குத் தேவை 'பிரகாசமான பகுதி' (Bright Spot) என்கிறார்கள் உளவியலாளர்கள். குறைகளை நிவர்த்தி செய்ய அதை அந்தண்டை ஒதுக்கிவைத்து நிறைகளைத் தேடிப் பிடியுங்கள், அதில்தான் சூட்சமம் இருக்கிறது என்கிறார்கள்.

எதைச் சொன்னாலும் மறக்கும் கணவனை அவன் மனைவி சதா கழுவி ஊற்றினால் 'எதை எதையோ மறந்து வைத்துவிட்டு தொலைக்கிறோம், இவளை எங்கேயாவது தொலைக்க முடிந்தால் தேவலை' என்று வெறுப்புதான் வரும். கோபம்தான் அதிகரிக்கும். அப்படி இல்லாமல் கணவனிடம் மனைவி அவன் ஞாபகமாய் வாங்கி வந்த விஷயங்களை நினைவுகூர்ந்து 'அதுபோல் ஞாபகமா வாங்கி வர உங்களுக்கு முடியும், அடுத்த தரம் மறக்காதீங்க' என்று கூறினால் கணவனுக்கு அவன் செய்த தப்பு உறைத்து அடுத்த முறை மறக்காமல் இருக்க முயற்சி செய்வான். கணவன் ஞாபகமாய் வாங்கிவந்த லேவண்டர் ப்ளவுஸ் ஒரு ப்ரைட் ஸ்பாட்!

வாழ்க்கையாகட்டும் வியாபாரமாகட்டும், மாற்றம் கொண்டு வர முயற்சி செய்யும் தருணங்களில் நீங்கள் தேடவேண்டியது ப்ரைட் ஸ்பாட்டுகளை. ஒரு படத்தில் நாகேஷ் ஒரு பெரிய வெள்ளை தாளில் கருப்பு புள்ளி ஒன்றை வரைந்து 'இது என்ன' என்று கேட்பார்? அனைவரும் கருப்பு புள்ளி என்று பதிலளிப்பார்கள். உடனே நாகேஷ் 'இத்தனை பெரிய வெள்ளை பேப்பர் இருக்க, ஒரு சின்ன கருப்பு புள்ளி மட்டும்தான் உங்கள் கண்ணுக்கு தெரிந்ததா' என்று அழகாகக் கேட்பார்!

செய்யும் செயல்களில் ப்ரைட் ஸ்பாட்டுகள் தென்பட்டால் அச்செயல் ஓரளவேணும் சரியாய்த்தான் நடக்கிறது என்று அர்த்தம். தவறுகள் இருந்தாலும் தவறில்லாத ப்ரைட் ஸ்பாட்டுகள்

அங்கிருக்கிறதே. அப்படியென்றால் அச்செயலை சரியாய் செய்யும் வழியும் முறையும் திறமையும் இருக்கிறது என்று தானே பொருள்.

செய்யும் செயலில் இருக்கும் ப்ரைட் ஸ்பாட்டை அதிகரித்தால் அச்செயல் முழுவதுமே சரியாய் செய்யலாமே. அப்படி அந்த ப்ரைட் ஸ்பாட்டைக் கண்டுபிடித்து அதை ஒரு ஊன்றுகோலாக வைத்து தவறுகளைத் திருத்திக்கொள்ளவும் தப்புக்களை சரி செய்துகொள்ளவும் கற்றுத் தர முடியுமே. ப்ரைட் ஸ்பாட்டுகள் தெளிவான பாதையை மட்டும காண்பிக்காமல் அதை சரியாய் செய்யத் தேவையான உந்துதலையும் ஊக்கத்தையும் தரும் சக்தி கொண்டது.

பள்ளி செல்லும் உங்கள் குழந்தையின் ரிப்போர்ட் கார்டைப் பார்க்கிறீர்கள். ஒரு சப்ஜெக்ட்டை தவிர மற்ற அனைதிலும் நல்ல மார்க்குகள் வாங்கியிருந்தால் உங்கள் கண் முதலில் எங்கு செல்லும்?

வேறெங்கு, அந்த ஃபெயிலான சப்ஜெக்டுக்குத்தான். 'எப்படி இந்த சப்ஜெக்டில் மார்க் கம்மியாச்சு? ஒழுங்காய் படிச்சா தானே. எப்பப்பாரு அந்த பாழாய் போன ஃபேஸ்புக்லதான் இருக்கே. நாளையிலிருந்து முதல் காரியமாய் ட்யூஷனுக்கு போ, இல்லை மாடு மேய்க்கத்தான் நீ லாயக்கு' என்று அலறினால் என்ன ஆகும்?

உங்கள் குழந்தைக்கு தன்னம்பிக்கை குறையும். அடுத்த பரீட்சையில் எல்லா சப்ஜெக்டுகளுக்கும் ட்யூஷன் வைக்கும் நிலை உருவாகும்!

செயல்கள் புரிவதில், மாற்றங்களைக் கொண்டு வருவதில், முடிவெடுப்பதில் நாம் முதல் காரியமாகக் குறைகளைத் தேடிக் கண்டுபிடிக்கும் புதைபொருள் ஆராய்ச்சி அணுகுமுறையை குழி தோண்டி புதைத்துவிட்டு ப்ரைட் ஸ்பாட்டுகளைத் தேடி கண்டுபிடிக்கும் விஞ்ஞானியாகச் செயல்படுவது விவேகம். ஏனெனில், தோல்வியின் எங்கோ ஒரு மூளையில்தான் சிறிய வெற்றிகள் இருக்கும். அந்த வெற்றியைத் தேடி எடுத்து அதை க்ளோன் (Clone) செய்தால் அந்த சிறிய வெற்றியே நமக்கு பெரிய வெற்றிகளுக்கு வழிகாட்டும்.

கம்பெனி மாதாந்திர சேல்ஸ் மீட்டிங். அனைத்து விற்பனை யாளர்களும் அந்த மாதத்துக்கான விற்பனை இலக்கை எட்ட வில்லை. ஒருவரைத்தவிர. கம்பெனி எம்டி-யாய் லட்சணமாய் நீங்கள் என்ன செய்வீர்கள்?

டார்கெட்டை சரியாய் முடித்த விற்பனையாளரை அனுப்பிவிட்டு டார்கெட்டை முடிக்காத விற்பனையாளர்களைக் காய்ச்சி எடுத்து காயப்போடுவீர்கள். எதற்கு அவர்களுக்கு சம்பளம் தரவேண்டும் என்று அவர்களிடமே கேட்பீர்கள். என்ன நடந்தது, ஏன் நடந்தது என்று பழைய குப்பையை பத்து மணி நேரம் கிளறுவீர்கள்.

எதைச் செய்யவேண்டுமோ அதை அப்படியே தலைகீழாய் செய்கிறீர்கள். நீங்கள் பேச வேண்டியது, ஆராய வேண்டியது விற்பனையை தொலைத்தவர்களை அல்ல. அதை சரியாய் முடித்த வரை. அவர்தான் ப்ரைட் ஸ்பாட். அவர் எப்படி விற்றார். என்ன திறமைகளை பிரயோகிக்கிறார், எப்படி வாடிக்கையாளர்களை அணுகுகிறார், எவ்வாறு பேசி எப்படி விற்பனையை முடிக்கிறார் என்று அவரைக் குடைவதுதான் சரியான அணுகுமுறை. அவர் செய்வதை மற்றவர்களைச் செய்ய வைக்கும் முயற்சிகளைதான் நீங்கள் மேற்கொள்ளவேண்டும். ஏனெனில் மற்ற விற்பனை யாளர்களின் இருளைப் போக்கும் வெளிச்சம் அந்த ப்ரைட் ஸ்பாட்!

மானேஜராய் லட்சணமாய் தொழிலில் பிரச்னைகளைச் சமாளிக்க முயலும்போது, குறைகளை அதிகம் தேடுகிறீர்களா அதிலிருக்கும் சிறிய நிறைகளை தேடுகிறீர்களா என்று சிந்தித்துப் பாருங்கள்

பிரச்னைகள் பல சமயங்களில் தீர்க்க முடியாதவையாகத் தோன்றும். பைத்தியம் பிடித்துவிடும்போல்தான் இருக்கும். டென்ஷனாகாமல் ப்ரைட் ஸ்பாட்டுகளைத் தேடுங்கள். பெரிய பிரச்னை என்பதால் அதைச் சமாளிக்க அதற்கேற்ற பெரிய தீர்வுகளை தேடவேண்டும் என்று தப்பு கணக்கு போடாதீர்கள். பெரிய பிரச்னையின் அழுத்தத்துக்குள் அழுங்கி இருக்கும் சிறிய வெற்றிகளை, ப்ரைட் ஸ்பாட்டுகளை வெளிச்சம் போட்டுத் தேடுங்கள். அந்த ப்ரைட் ஸ்பாட்டுகள் பெரிய வெற்றிக்கு உங்களுக்கு பாதையை அமைத்துக் கொடுக்கும்.

எப்படியும் அடுத்த முறையும் ஆபிஸிலிருந்து திரும்புகையில் மனைவி காலையில் வாங்கி வரச் சொன்னது மீண்டும் மறக்கத்தான் போகிறது. கட்டுரையின் ஆரம்பத்தில் விவரித்த கற்பனை கதை உங்கள் வீட்டில் நடக்க வேண்டுமென்று ஆசைப்பட்டால் உங்கள் மனைவியையும் இந்த அத்தியாயத்தைப் படித்து ப்ரைட் ஸ்பாட் மெட்டரைப்பற்றித் தெரிந்துகொள்ளச் சொல்லுங்கள்.

படித்துவிட்டு இத்தனை நாளாக ஏன் சதீஷ் கிருஷ்ணமூர்த்தி புத்தகங்களை எனக்குக் காட்டவில்லை என்று மனைவி கத்த ஆரம்பித்தால் நான் பொறுப்பல்ல!

10

ஹிட் லிஸ்ட்டிலிருந்து தப்பிக்க
செக்லிஸ்ட் தயாரிக்கவும்

அக்டோபர் 30, 1935. அமெரிக்க டேடன் நகர விமானத் தளத்தில் சிறந்த படை விமானங்களுக்கான போட்டி. பெயருக்குத்தான் போட்டி. எல்லாருக்கும் தெரியும் 'போயிங்' கம்பெனியின் 'மாடல் 299' விமானம்தான் அன்று வெற்றி பெறும் என்று. ஐந்து மடங்கு அதிகக் குண்டுகள் ஏற்றிச் சென்று மற்ற விமானங்களைவிட இரண்டு மடங்கு தூரத்தை அதிவேகமாகப் பறக்கக்கூடிய அசுரன் அது. அறுபத்தி ஐந்து 'மாடல் 299' விமானங்களை வாங்கிவிடுவது என்று முடிவே செய்துவிட்டுத்தான் அங்கு வந்திருந்தனர் அமெரிக்க விமானப் படையைச் சேர்ந்தவர்கள்.

நூறு அடி இறக்கைகளோடு நான்கு என்ஜின்களுடன் கம்பீரமாக வந்து நின்றது 'மாடல் 299'. அதுவரை தயாரிக்கப்பட்ட விமானங்களில் இரண்டு இன்ஜின்கள் மட்டும்தான் இருந்தன. ஆரவாரத்துடன் டேக் ஆஃப் ஆன 'மாடல் 299' முன்னூறு அடி கூடப் பறந்திருக்காது. சடாரென்று சாய்ந்து படாரென்று விழுந்து நொறுங்கியது.

விசாரணையில் விமானக் கோளாறு ஏதுமில்லை என்று தெரிந்தது. விபத்துக்குக் காரணம் பைலட்டின் தவறு.

அதிநவீன இந்த விமானத்தை ஓட்டுவது லேசுபட்டதல்ல. ஒன்றுக்கு நான்கு என்ஜின்கள் மீது கண் வைத்து அதன் நீண்ட இறக்கைகளையும் உள்ளிழுக்கும் லேண்டிங் கியரைக் கவனித்து, எலக்ட்ரிக் ட்ரிம்மை வெவ்வேறு வேகத்துக்கேற்ப சரி செய்து, ஸ்பீட் ப்ரோபெல்லர்களை ஹைட்ராலிக் கண்ட்ரோல் மூலம் கட்டுப்படுத்தி ஓட்டுவதற்குள் மேல் மூச்சு கீழ் மூச்சு வாங்கி நாக்கு தள்ளி வாயில் நுரை தள்ளிவிடும்.

இதையெல்லாம் சரியாய் செய்த கேப்டன் இவ்விமானத்தில் பிரத்யேகமாக இருக்கும் எலிவேடர் மற்றும் ரட்டர் கண்ட்ரோலின் லாக்கிங் மெக்கானிசத்தை ரிலீஸ் செய்ய மறந்துவிட்டார். அதனால் தான் விபத்து.

கண் முன்னே நடந்த கோரத்தைப் பார்த்த அமெரிக்க விமான தளபதிகள் 'மாடல் 299' விமானம் ஒரு மனிதன் இயக்கமுடியாத கடினமான விமானம் என்று அதை நிராகரித்தனர். போயிங் கிட்டத்தட்ட திவாலாகும் நிலையை அடைந்தது.

ஆனால் அவ்விமானம் மீது நம்பிக்கையிழக்காத சில விமானப் படை பைலட்டுகள் மட்டும் போயிங் கம்பெனியிடம் 'மாடல் 299'யை இரவல் வாங்கி ஓட்டிப் பார்த்து அதன் அசாத்திய திறனைக் கண்டு அசந்து போயினர். இந்த விமானத்தை விடக்கூடாது என்று அதன் ராட்சச சக்தியை சரியாகக் கையாண்டு ஈஸியாக ஓட்டும் வழியையும் கண்டுபிடித்தனர்.

என்ன அந்த வழி?

விமானத்தை ஈஸியாக ஓட்ட பைலட் கவனிக்கவேண்டிய செயல்பாடுகளைப் பட்டியலிடும் செக்லிஸ்ட். டேக் ஆஃப் செய்வது முதல் வானில் பறந்து லேண்டிங் செய்வது வரை பைலட் என்ன செய்யவேண்டும், எதைச் சரிபார்க்கவேண்டும் என்று படிகளை விவரமாக விவரிக்கும் சாதாரண செக்லிஸ்ட்.

அதை வைத்தே 'மாடல் 299' விமானத்தை இருபது லட்சம் மைல்கள் வெற்றிகரமாகப் பறந்து படைத் தளபதிகளை நம்ப வைத்தனர். B-17 என்று அதற்குப் புதிய பெயர் சூட்டி பதின்மூன்றாயிரம் விமானங்கள் வாங்கியது விமானப் படை. தன் அபாரத் திறன் மூலம் இரண்டாம் உலகப் போரின் போக்கையே மாற்றி அமெரிக்காவை வெற்றி பெறச் செய்தது B-17!

இந்த நிகழ்வைத் தன் புத்தகத்தில் மேற்கோள் காட்டும் 'ஹாவர்ட்' மருத்துவக் கல்லூரியில் சர்ஜனாக இருக்கும் 'அதுல் கவாண்டே'

இன்றைய மருத்துவம் B-17 நிலையை அடைந்திருக்கிறது என்கிறார். மருத்துவமனைகளில் அதுவும் I.C.Uவில் நடப்பவை மருத்துவர்களின் ஞாபக சக்தியை மட்டும் நம்பியிருக்க முடியாத நவீன தொழிற்நுட்பம் நிறைந்த சிக்கலாகிவிட்டது என்கிறார். I.C.U. ஒரு மருத்துவர் மட்டும் நடத்த முடியாத சவாலாக மாறிவிட்டதை அதில் நடக்கும் தவறுகள் மூலம் சுட்டிக் காட்டுகிறார். சிக்கலான தொழிற்நுட்பம் பெருகி வரும் உலகில் அடிப்படை சங்கதிகள் கவனிக்கப்படாமல் மறக்கப்படுவதால் தான் தவறுகள் ஏற்பட்டு உயிர் இழப்புகளில் முடிகின்றன என்பதை ஆதாரங்களுடன் விளக்குகிறார்.

இதைத் தடுக்க ஒரே வழி B-17 ஓட்டப் பயன்பட்ட அதே சாதாரண ஐடியா - ஆபரேஷனைச் சரியாய்ச் செய்யத் தேவையான சரிபார்ப்புப் பட்டியலைத் தயாரித்து அதன்படிப் பணி நடக்கிறதா என்பதைப் பார்ப்பதே என்கிறார் அதுல். இவர் எழுதிய புத்தகத்தின் தலைப்பே The Checklist Manifesto. சரிபார்ப்புப் பட்டியலறிக்கை!

அநியாயத்துக்குச் சாதாரணமாகத் தெரிந்தாலும் செயல்பாட்டுப் படிகளைப் பட்டியலிட்டு அதன்படிப் பரிசோதித்துச் செய்வது பணி சரியாய் நடக்கிறதா என்று சரிபார்க்க மட்டும் பயன்படாமல் அனைத்துப் படிகளையும் சிறப்பாகச் செயல்படுத்தும் ஒழுக்கத்தையும் போதிக்கிறது.

உயிர் காக்கும் மருத்துவ சர்ஜன்களே சாதாரண ஒரு படியை மறந்து உயிரைப் பறிக்கும் மறதிக்கு ஆட்பட்டால் நீங்களும் நானும் எம்மாத்திரம்?

அதனால் இது ஏதோ மருத்துவ ஆபரேஷன் சம்பந்தப்பட்ட மேட்டர்; நமக்கில்லை என்று நினைத்து அடுத்த அத்தியாயத்துக்குப் போகாதீர்கள். வாழ்க்கையின் சாதாரணம் முதல் வியாபாரத்தின் சாமான்யம்வரை அவசரங்களின் அழுத்தத்தில் சிறிய தவறுகள் செய்து பெரிய பிரச்னைகளைச் சந்திக்கிறோம். கடைக்குச் சென்று திரும்பியவுடன்தான் முக்கியமான ஐடம் வாங்காமல் வந்தது தெரிகிறது. பாஸ்போர்ட் ஆபீஸ் போன பின் ஃபோட்டோவை மறந்துவிட்டு வந்தது புரிகிறது. புதிய ப்ராண்டை அறிமுகம் செய்த பின்தான் அதன் பாக்கேஜிங் டிசைனில் ஈசியாக தடுக்கப் பட்டிருக்கக் கூடிய தவறு தெரிகிறது. எல்லாமே சின்ன விஷயங்கள். ஈசியாகத் தவிர்த்திருக்கக் கூடிய தவறுகள். ஆக, அவசரத்தில் தவறுகள் செய்து நிதானமாய் வருந்துகிறோம்.

செய்யும் தவறுகள் இரண்டுவகை என்கிறார் அதுல். அறியாத தவறுகள் - ஒன்றைப்பற்றித் தெளிவான புரிதலும் அறிவும்

இல்லாததால் செய்யும் தவறுகள். மற்றொன்று மடத்தனமான தவறுகள் - இருக்கும் அறிவைச் சரியாகப் பயன்படுத்தாமல் செய்யும் தவறுகள். மருத்துவம் முதல் மார்க்கெட்டிங் வரை நாம் செய்யும் பல தவறுகள் இரண்டாம் ரகத்தைச் சார்ந்தவை.

வாழ்க்கையின் அவசரத்தில், வியாபாரத்தின் அவசியத்தில், காலக்கெடுவின் அழுத்தத்தில் பல சமயங்களில் அடிப்படை விஷயத்தில் சிறிய தவறுகள் செய்து அதன் அஸ்திவாரத்தையே ஆட்டம் காணச் செய்கிறோம். தெரிந்த பணியின் சாதாரணப் படிநிலைகளை மறுக்கிறோம். முக்கிய கேள்விகள் கேட்டுப் பதில் பெற மறக்கிறோம். ஒரு செயலைச் செய்வதற்கு முன் அதன் வெற்றியைப் பாதிக்கும் விஷயங்கள் என்னென்ன என்று சிந்திக்காமல் விடுகிறோம். அதனால் பாதிப்புகள் ஏற்படும்போது என்ன செய்வது என்று தெரியாமல் செயலிழந்து நிற்கிறோம்.

செய்யும் பணியின் பளு அசாத்தியத்துக்கு அதிகரித்து வரும் இக்காலத்தில் மனித மூளை ஒரு அளவுக்குத்தான் தகவலை நினைவில் வைத்துக்கொள்ளும். நமக்குத் தெரிந்த அளவு விஷயங்களின் அளவும் ஆழமும் அதைச் சரியாய், சீராய் பிரயோகிக்கும் அளவைத் தாண்டிவிட்டது என்கிறார் அதுல். நம் அறிவு நமக்கு பலமாகவும் திகழ்கிறது. சமயங்களில் பாரமாகவும் இறங்குகிறது!

செக்லிஸ்ட் சமாச்சாரம் விமானம் ஓட்டவும், மருத்துவம் பார்க்கவும் தாண்டி மற்ற விஷயங்களுக்கும் பயன் தருமா என்று ஆராய்ந்து தெரிந்துகொள்ள வானுயரக் கட்டடங்கள் கட்டும் பொறியாளர்கள் முதல் பங்கு சந்தையில் முதலீடு செய்யும் முதலீட்டாளர்கள் வரை அவர்களருகில் இருந்து ஆராய்ந்து சாதாரண பட்டியலறிக்கை அந்தத் துறைகளில்கூடப் பயனளிக்கும் விதத்தை விளக்குகிறார் அதுல். எப்பேற்பட்ட திறனாளியாக ஒருவர் இருந்தாலும் அவர் பணியின் படிகளைப் பட்டியலிட்டு அதை மறக்காமல் சரிபார்த்துச் செயல்படும்போது தவறுகள் தவிர்க்கப்பட்டு வெற்றிகள் விதைக்கப்படுவதை ஆதாரங்களுடன் விளக்குகிறார்.

உலக சுகாதார நிறுவனம் அதுலின் ஆய்வுகளைச் சோதித்துப் பார்த்துவிடுவது என்று உலகின் எட்டு மருத்துவமனைகளில் ஒவ்வொரு பணிக்கும் செக்லிஸ்ட் தயாரித்து அதன்படி அனைத்தும் நடக்கிறதா என்று சோதித்து பார்த்துச் செயல்படும் வகையில் ஆராய்ந்து. ஆய்வு முடிந்த ஆறு மாதத்துக்குள் மருத்துவமனைகளில் இறப்பு எண்ணிக்கை நாற்பத்தி ஏழு சதவீதம்

குறைந்தது. ஆபரேஷனுக்குப் பிந்தைய சிக்கல்கள் முப்பத்தி ஆறு சதவீதம் குறைந்தது. எல்லாம் ஒரு அல்ப பேப்பரால் - பணியின் படிகளை ஒவ்வொன்றாகப் பட்டியலிட்டுச் சரிபார்க்கும் பட்டிய லறிக்கையால்!

நவீன உலகின் சிக்கல்களைச் சமாளித்து சிறப்பாகச் செயல்பட முதல் காரியமாகச் செய்யும் பணிகளின் படிகளைப் பட்டிய லிடுங்கள். அதை ஊழியர்களுக்கு தெளிவாகத் தெரியப்படுத்துங்கள். தவறு நேர்ந்தாலோ, யாரேனும் ஒரு படியை மறந்தாலோ உடனேயே கடைசி ஊழியர்கூட அதைத் தட்டிக்கேட்கும் தைரியத்தை அதிகாரத்தை அளியுங்கள். அப்படிச் செய்யும்போது தவறுகள் குறைவதை, தோல்விகள் கரைவதை வெற்றிகள் நிறைவதைக் கண்கூடாகக் காண்பீர்கள்!

11

குழுவோடு முடிவெடுப்பது
குழிகள் நிறைந்த பாதை

சிகாா் பிடிப்பீா்களா? சீமை சுருட்டு சாா். சிகாருக்கு பெயா் போன ஊா் க்யூபா. அந்நாட்டின் உருப்படியான ஒரு சில விஷயங்களில் ஒன்று. இன்னொன்று 'பகாா்டி' ரம். சொா்க்கபுரிக்குக் கூட்டிச் செல்லும் அந்தச் சரக்கு பிறந்ததும் க்யூபாவில்தான்!

நாம் பேசப்போவது சிகாா், பகாா்டி பற்றியல்ல. குதூகல ஆசையைக் குழி தோண்டி புதையுங்கள். நாம் அலசப்போவது க்யூபாவின் பரம வைரி அமெரிக்கா அதன் மீது போா் தொடுத்த விதத்தையும் உலகை அழிவின் வாசலுக்கு அழைத்துச் சென்ற நிகழ்வையும் அதிலிருந்து கம்பெனி நிா்வாகம் கற்கவேண்டிய உண்மைகளையும்!

1961. அமெரிக்க ஜனாதிபதி ஜான் கென்னடி க்யூபா அதிபா் 'ஃபிடல் காஸ்ட்ரோ'வை எப்படியாவது பதவியிலிருந்து தூக்கி எறியவேண்டும் என்று கடுப்பில் இருந்த சமயம். அந்நாட்டு உளவு அமைப்பு Central Intelligence Agency (CIA) மற்றும் போா்த் தளபதிகளுக்கும் அதே எண்ணம்தான். அனைவரும் ஒரு மீட்டிங்கில் அமா்ந்து ஒரு சேர கோபமாகப் பேசினால் என்ன ஆகும்?

அதுதான் ஆனது!

கோபம் அனைவரின் அறிவையும் மறைக்க, ஜனாதிபதி கூறியதைச் செய்யவேண்டிய கடமை கண்ணை மறைக்க, அதைச் செய்ய வேண்டுமா என்று கொஞ்சம்கூட சிந்திக்காமல் எப்படி செய்வது என்று மட்டுமே சிந்திக்கத் துவங்கினர். கூடவே அமர்ந்து நாட்டின் ஜனாதிபதி ப்ரெஷர் போட்டதால் அவர் சொன்னதைக் கண்படும்படிச் செய்வது என்று திட்டம் தீட்டினர்.

க்யூபாவிலிருந்து வந்து அமெரிக்காவில் தஞ்சமடைந்தவர்களைக் கொண்டு க்யூபாவைத் தாக்குவது என்ற திட்டத்தை அளித்தனர். அதன்படி 1,400 பேர் கொண்ட படை க்யூபாவில் Bahía de Cochinos என்ற இடத்தைத் தாக்கியது. ஸ்பானிஷ் மொழியில் அதற்குப் பன்றிகளின் விரிகுடா என்று பொருள்.

வறட்டுப் பிடிவாதம், இருட்டு நேரம், திருட்டுத்தனமாய் வருவார்கள் என்று முன்கூட்டியே அறிந்திருந்த க்யூப நாட்டுப் படை அவர்களை விரட்டியடித்துப் புரட்டிப்போட்டது. 200 பேர் இறக்க மற்றவர்கள் அனைவரும் சரணடைந்தனர். Bay of Pigs Invasion என்று இந்நிகழ்வு அமெரிக்க வெளியுறவு துறையின் மிகப் பெரும் தோல்விகளில் ஒன்றாக இன்றும் கருதப்படுகிறது.

பிற்காலத்தில் தடைநீக்கம் செய்யப்பட்ட CIA (Central Intelligence Agency) ஆவணங்கள் மூலம் தோல்விக்கான காரணங்கள் தெரிந்தது. பல முறை கேட்டும் விமானத் தாக்குதலுக்குச் சம்மதிக்காத கென்னடியின் செயலால் வந்த வினை என்று கூறியிருந்தது CIA. காஸ்ட்ரோ நீங்கவேண்டும் என்று காத்திருக்கும் க்யூபா மக்கள் போராட்டம் செய்வார்கள் என்று CIA போட்ட கணக்கு தவறு என்பது தெரிந்தது. க்யூபா வீரத்துடன் போரிட்டால் தாக்குதல் நடத்துபவர்கள் அருகிலிருந்த மலைகளுக்கு ஓடி ஒளிந்துகொள்ளலாம் என்று ஐடியா எத்தனை தவறானது என்பதும் புரிந்தது. தாக்குதல் நடந்த இடத்திலிருந்து மலைகள் 80 கி.மி தள்ளி இருந்ததும் அதையடையும் வழி செல்லமுடியாத சேறும் சகதியும் நிறைந்தது என்பதை யாரும் கவனிக்காததும் தெரிந்தது. ஏகப்பட்ட குளறுபடிகள் நிறைந்த திட்டத்தை பகார்டி குடித்துவிட்டு சிகார் பிடித்தபடி தீட்டியிருப்பார்கள் போலும்!

இமாலய தவறு என்று, தான் செய்ததை வர்ணித்த கென்னடி 'எப்படி இத்தனை மடத்தனமாய் நடந்துகொண்டேன்' என்று பல முறை அனைவரிடம் மீட்டிங்குகளிலும் தனியாகவும் ரொம்பவே வருத்தப்பட்டாராம். குற்ற உணர்வோடு பல நாட்கள் கடுப்பிலேயே இருந்தாராம்.

இதுபோல் முடிவெடுப்பதில் ஏற்படும் தவறுகளை ஆராயும் 'இர்விங் ஜானிஸ்' என்னும் சமூக உளவியலாளர் குழுக்கள்

எவ்வாறு சேர்ந்து தப்பான முடிவெடுக்கின்றன என்ற கோட்பாட்டைப் படைத்து அதற்குக் காரணம் 'குழூ நினைப்பு' (Groupthink) என்கிறார். குழுவாகச் சேர்ந்து முடிவெடுப்பவர்கள் அனைவரும் ஒத்துக்கொள்ளவேண்டுமே என்று காட்டும் கவனத்தைச் சரியான முடிவெடுப்பதில் காட்டத் தவறுவதே குழூ நினைப்பு.

முடிவைப் பாதிக்கும் வெளிப்புறக்காரணிகளைக் கணக்கில் எடுக்காமல் அனைவரும் ஒத்த கருத்தோடு முடிவெடுக்க வேண்டும் என்ற எண்ணமே மேலோங்கும்போது குழூ நினைப்பு என்ற குழி தோண்டும் குதர்க்கம் அங்கு குடிகொண்டுவிட்டது என்று அர்த்தம். போதாததற்கு மீட்டிங்கில் சர்வாதிகாரத் தலைவர் அமர்ந்து அவர் விரும்பும் முடிவும் தெரிந்தால் அனைவரும் அதைத்தானே ஆமோதிப்பார்கள்?

ஒருவேளை தப்பித் தவறி அனைவரும் எடுக்கும் முடிவுக்கு நேர் எதிரான கருத்து யாரிடமாவது தோன்றினால் அதை அனைவரும் சேர்ந்து எதிர்த்துத் தலைவர் கருத்தை அரண்போல் காக்க நினைப்பார்கள். அது அரண் அல்ல: ஆளையே அடித்துப்போட்டு அடக்கும் சிறைச்சாலை என்பதை அப்போது யாரும் உணர்வதில்லை.

இதுதான் அன்று அமெரிக்க வெள்ளை மாளிகையிலும் நடந்தது. கென்னடியின் ஆலோசகர் 'ஆர்தர் ஷ்லெசிங்கர்' தனிமையில் அவரிடம் க்யூபாவைத் தாக்கும் திட்டம் தவறு, அப்படிச் செய்வது பல வில்லங்கங்கள் நிறைந்தது என்று கூறினாராம். ஆனால் டீம் மீட்டிங்கில் தன் கருத்துகளை அழுத்தமாய் வாதாடவே இல்லை. ஏன்?

அவரை மற்றவர்கள் பேசவிட்டால்தானே. அவர் பேச வாய் திறந்தபோதெல்லாம் 'ஏன் இப்படி எதிர்க்கிறாய்' என்று அட்டர்னி ஜெனரல் அவரைக் கடிந்துகொள்ள, கருத்துக் கூற நினைத்தபோது மற்றவர்கள் அவர் வாயை அடக்க அதன் பிறகு ஆர்தர் மீட்டிங்கில் இருந்த பிஸ்கெட்டைச் சாப்பிடக்கூட வாயைத் திறக்கவில்லை!

பல மணி நேர மீட்டிங் முடிவில் கென்னடி 'தாக்குதல் நடத்தும் திட்டத்தை யாரார் எதிர்க்கிறார்களோ அவர்கள் கையை உயர்த்துங்கள்' என்று மீட்டிங்கில் இருந்த அனைவரையும் கேட்டார். ஆனால் ஆர்தரை மட்டும் கேட்கவில்லை. அவர் எங்கே கையைத் தூக்கித் தொலைப்பாரோ என்ற பயம்தான் காரணம்!

மற்றவர்கள் அனைவரும் கையை உயர்த்தி ஆமோதிக்க 'ஆஹா ஒருமித்த கருத்து நிலவுகிறது. நாம் எடுத்த முடிவு சரியே' என்று ஜனாதிபதி முதல் மீட்டிங்கில் இருந்த அனைவரும் தங்களையும்

மற்றவர்களையும் ஒருசேர ஏமாற்றிக்கொண்டனர். அனைவரும் மற்றவர் முதுகுகளைத் தட்டிக்கொடுக்க ஆர்தர் மட்டும் தலையில் அடித்துக்கொண்டார்!

'மற்றவர் கருத்தை மதித்து அன்று ஏன் வாய் மூடி கிடந்தேன், இன்னமும் பலமாக என் எதிர்ப்பைத் தெரிவித்திருந்தால் தவறான முடிவு எடுக்கப்பட்டிருக்காதே' என்று பின்னாளில் பெரியதாகப் புலம்பினார் ஆர்தர். கண் கெட்ட பிறகு சூரிய நமஸ்காரம் செய்வது போல; கல்யாணம் செய்துகொண்ட பிறகு பேச்சுலர் வாழ்க்கைக்கு ஆசைப்படுவதுபோல!

குறுகிய எண்ணத்துடன், சார்புநிலைப் பார்வையோடு, அனைவரையும் அரவணைத்துச் செல்லவேண்டும் என்ற தவறான கண்ணோட்டத் தோடு தப்பான முடிவுகள் எடுப்பதுதான் குழு நினைப்பு.

'மனதின் செயல்திறனைச் செயலிழக்கவைத்து உண்மையை உறங்க வைத்து, தார்மிகத் தீர்ப்புகள் தப்பாகிப்போகக் காரணமாகும் குழு அழுத்தமே முடிவெடுப்பதில் நடக்கும் தவறுகளுக்கு காரணம்' என்கிறார் ஜானிஸ். தலைவன் எண்ணப்படி மற்றவர் எண்ணத்தை மாற்றுகிறது. எதிர்க் கருத்துகளைக்கூட எதிரிக் கருத்துகளாகப் பாவித்து அதை மற்றவர்கள் ஒதுக்கவைக்கிறது!

குழு நினைப்பைத் தவிர்க்க மாற்றுக் கருத்துகளை வரவேற்கும் குணம் வேண்டும். இதற்குப் பரந்த மனப்பான்மை கொண்ட ஊழியர்கள் வேண்டும். இப்படிப்பட்ட கலாசாரம் கம்பெனி முழுவதும் பரவும் வகையில் நிர்வாக வழிசெய்யவேண்டும்.

மீட்டிங்குகளில் மற்றவர் கருத்துகளைக் கேட்பதற்கு முன் தலைவர்கள் தன் எண்ணங்களைப் பகிராமல் இருப்பது உசிதம். அனைவரும் கருத்துகளை வெளிப்படையாகக் கூறும் சுதந்தரத்தையும் மனம் திறந்து பேசும் சூழலை உருவாக்குவதும் அவசியம். எதிர்க் கருத்துகள் வரவேற்கப்படும், எதிர்ப்பவர்கள் எதிரிகள்போல் கருதப்படமாட்டார்கள் என்ற எண்ணம் வளர்க்கப் படவேண்டும். வரவேற்கப்படவேண்டும்.

கம்பெனியில் முக்கிய முடிவுகள் எடுக்கையில் வெளியிலிருந்து விஷய ஞானிகளை வரவழைத்து சார்புநிலை இல்லாத அவர்களின் கருத்துகளைக் கேட்டறிவது புதிய கோணங்களில் பிரச்னைகளைப் பார்க்க உதவும். தீர்வுக்கு வழி காட்டும். இதனாலேயே சிறந்த கம்பெனிகள் தாங்கள் முக்கிய முடிவெடுக்கும்போது அதை சீர்தூக்கிப் பார்த்துத் தங்கள் கருத்துகளை ஒளிவு மறைவின்றிக் கூறும் நிர்வாக ஆலோசகர்களை அமர்த்துகிறார்கள்!

தன் தவறைத் திருத்திக்கொள்ளக் குழு நினைப்பு மீண்டும் நேராமல் பார்த்துக்கொள்ள ஒரு சந்தர்ப்பம் கென்னடிக்கு அடுத்த ஆண்டே வாய்த்தது. உலகை அணு ஆயுத போரின் விளிம்புக்கே கூட்டிச் சென்ற நிகழ்வு!

ரஷ்யா க்யூபாவுடன் கைகோர்த்து அணுஆயுதத் தளவாடங்களை அந்நாட்டில் நிறுத்தியது. அதுவும் பத்தாதென்று ராணுவத் தளவாடங்களுடன் கப்பல்களை க்யூபாவுக்கு அனுப்பியது. அமெரிக்க கடல் படை நடுக்கடலில் அக்கப்பல்களை மறித்தன. க்யூபாவில் இருந்த தளவாடங்களை அப்புறப்படுத்துபடி மிரட்டின. மூன்றாவது உலக யுத்தம் துவங்குமோ என்ற அபாயகரமான சூழல்.

படைத் தளபதிகளுடன் ஆலோசனைக் கூட்டத்துக்கு ஏற்பாடு செய்தார் கென்னடி. மீட்டிங்கில் ஆலோசகர்கள் குண்டு போடலாம், தளவாடங்களை அழிக்கலாம் என்று அறிவுரை கூறவே, தான் எடுக்கப்போகும் முடிவு உலகின் தலையெழுத்தை நிர்ணயிக்கப் போகிறது என்பதை உணர்ந்தார் கென்னடி.

சென்ற முறை செய்த தவறை மீண்டும் செய்யாமலிருக்கவேண்டும் என்பதை உணர்ந்தார். மேலும் தகவல் பெறுவது, மாற்றுக் கருத்துகளை வரவேற்பது, புதிய விதத்தில் தீர்வு காண்பது என்று முடிவு செய்தார்.

தேசியப் பாதுகாப்பு கவுன்சில் உறுப்பினர்களைக் கொண்ட குழு ஒன்றை அமைத்தார். பிரச்னையை சுமூகமாகத் தீர்க்கும் வழியைச் சொல்லுமாறு பணித்தார். அவர்களோடு அமர்ந்தால் தன் எண்ணங்கள் குழுவைச் சார்பு நிலைக்குத் தள்ளும் என்று மீட்டிங்கில் அமர்வதை தவிர்த்தார். அட்டர்னி ஜெனரலை அக்குழு வோடு அமர்ந்து அவர்கள் விவாதிக்கும்போது மாற்றுக் கருத்து கொண்டு வாதாடும் Devil's Advocate ஆக இருக்கச் சொன்னார்.

என்ன ஆனது?

ரஷ்ய நாட்டு அதிபருடன் பேச்சு வார்த்தை, உலக நாடுகளின் அழுத்தம் ஒன்று சேர ரஷ்யா தளவாடங்களை அப்புறப்படுத்த முடிவு செய்தது. க்யூபாவை இனி படையெடுக்க மாட்டோம் என்று அமெரிக்கா உறுதியளித்தது. உலகம் அணு ஆயுத அழிவிலிருந்து தப்பியது.

இனி குழுவோடு அமர்ந்து பகார்டி ஓபன் செய்யும்போதெல்லாம் குழு நினைப்பின் அவலங்களை ஒரு முறை நினைத்துக் கொள்ளுங்கள்.

சியர்ஸ்!

12

பீக்-எண்ட் விதி வியாபார வெற்றிக்கு வழி

வாழ்க்கையில் பல விஷயங்களைப் பார்க்கிறோம், பல தருணங்களைச் சந்திக்கிறோம், சில அனுபவங்களைப் பெறுகிறோம். பெற்ற அனுபவத்தில் நல்லது கெட்டது இரண்டும் இருந்தாலும் சில அனுபவங்கள் மட்டுமே மனதில் நிற்கிறது. நம்மைச் சிலாகிக்க வைக்கிறது. அதை நினைத்து நினைத்து மகிழ வைக்கிறது. அதே அனுபவத்தில் மனதுக்குப் பிடிக்காத விஷயங்கள் நடந்திருந்தாலும் அவற்றை மனம் மறக்கிறது.

மனைவியோடு ஹனிமூன். கிளம்பும் தினம் மழை. லேசில் டாக்சி கிடைக்கவில்லை. ஏர்போர்ட் போக லேட்டாகிறது. டென்ஷன். மனைவி அழுகிறாள். பணியாளர்களிடம் கெஞ்சிக் கூத்தாடி கடைசி நேரத்தில் ப்ளேன் ஏறுகிறீர்கள். குளிருதுங்க என்று புது பொண்டாட்டி உடலோடு ஒட்டி உங்கள் கை பிடித்தபடி பயணம். போகும் ஹோட்டல் ரொம்பவே சுமார். மலைகளின் விஸ்தாரம் தெரியும் ரூம் ஜன்னல். அடிக்கடி கரண்ட் கட். சாப்பாடு சுமார். எங்கு சென்றாலும் கூட்டம். சேர்ந்து நடக்கும் போதெல்லாம் மனைவி பேசிக்கொண்டே வருகிறாள். அத்தனை கிட்டத்தில் அதுவரை எந்தப் பெண் குரலும் கேட்டறியாத அனுபவம். ஊருக்குக் கிளம்பும் தினம் விமானம் தாமதம். ஏர்போர்ட்டில் உட்கார இடம் இல்லை. கால்கடுக்க நின்று கொண்டே காத்திருத்தல். பசி. திரும்பினால் அருகில் 'இசைஞானி

இளையராஜா.' அறிமுகம் செய்து பேசிக்கொண்டிருக்கும்போது புதுத் தம்பதி என்பதை அறிந்து ஆசீர்வதிக்கிறார். ஒப்பற்ற அந்த இசை மாமேதையோடு சேர்ந்து ஃபோட்டோ. ஊருக்கு பயணம். ஹனிமூன் ஓவர்.

கிளம்பியதுமுதல் திரும்பியதுவரை அப்படி ஒன்றும் ஆஹா தருணங்கள் நிறைந்த ஹனிமூன் அல்ல. ஆனால் முதல் முறையாக மழையில் நனைந்த குளிருடன் ஒரு பெண்ணின் புதிய ஸ்பரிசத் தோடு அமைந்த முதல் ப்ளேன் பயணம் என்ற அனுபவம், சிறு வயது முதல் கேட்டு ரசித்து வளர்ந்த இளையராஜாவின் அறிமுகம், ஆசீர்வாதம், ஃபோட்டோ என்று முடிந்த ஹனிமூன். இருபது வருடங்களுக்கு முன் நடந்த மொத்த அனுபவமும் இன்றும் மறக்கமுடியாத இதமாய் இதயத்தில்!

இதுபோல் பிடித்தது பிடிக்காதது இரண்டும் நடந்தும் ஏன் சில விஷயங்களில் நல்லது மட்டும் மனதில் நின்று அம்மொத்த அனுபவமும் மறக்க முடியாததாகிறது? எல்லா அனுபவங்களும் இப்படி இருப்பதில்லையே. ஏன் இப்படி?

எதை எதையோ ஆராயும் உளவியலாளர்கள் இதை விட்டு வைப்பார்களா, கண்டுபிடித்துக் கூறியிருக்கிறார்கள்.

'டேனியல் கான்மென்' மற்றும் சகாக்கள் நடத்திய மூன்று சுற்றுகள் கொண்ட ஆய்விலிருந்து துவங்குவோம். பக்கெட்டில் ஜில்லென்று தண்ணீர் நிரப்பப்பட்டு ஆய்வில் கலந்துகொண்டவர்கள் அதில் தங்கள் கைகளை அதில் வைக்கச் சொல்லப்பட்டார்கள்.

ஜில்லென்றால் உங்கள் வீட்டு ஜில் என் வீட்டு ஜில் அல்ல, கை மரத்துப்போகும் அளவுக்கு ஜில்லோ ஜில். அறுபது செகண்ட் பக்கெட்டில் கையை வைத்திருந்தார்கள். அறுபது செகண்ட் என்பது ஆய்வாளர்களுக்கு மட்டும் தெரியும். ஆய்வில் கலந்து கொண்டவர்களுக்குத் தெரியாது. அவர்களுக்கென்னவோ மணிக்கணக்கில் ஜில் தண்ணீரில் கையை வைத்திருந்தது போல் தான் இருந்தது.

இரண்டாவது சுற்று. அனைவரும் மீண்டும் பக்கெட்டுக்குள் கை வைக்கச் சொல்லப்பட்டார்கள். தொன்னூறு செகண்ட் கையை பக்கெட்டுக்குள் வைக்கும்படியான ஆய்வு. ஆனால் அறுபது செகண்ட் முடிந்த பின் பக்கெட்டிலிருந்த தண்ணீரின் ஜில் தன்மை ஆய்வாளர்களால் குறைக்கப்பட்டது. ஆய்வில் கலந்துகொண்டவர் களுக்குக் கையில் விறைப்பு குறைவதை உணர முடிந்தது.

ஆய்வின் மூன்றாவது சுற்று. 'மீண்டும் பக்கெட்டுக்குள் கை வைக்க வேண்டும். முதல் சுற்றுபோல் இருக்கவேண்டுமா இரண்டாவது சுற்றுபோல் வேண்டுமா' என்று ஆய்வில் கலந்துகொண்டவர் களிடம் கேட்கப்பட்டது.

புரிகிறதா? அறுபது செகண்ட் அவதிப்படுகிறீர்களா இல்லை தொன்னூறு செகண்ட் அவதிப்படுகிறீர்களா என்ற கேள்வி.

69% பேர் இரண்டாவது ஆய்வைத் தேர்ந்தெடுத்தனர். ஏன் இந்த விபரீத எண்ணம்? அதிக அவதிக்கு எதற்கு அதீத ஆசை?

நமக்கு ஏற்படும் அனுபவங்களை அசைபோடும்போது அதன் காலநேரத்தை ஒதுக்கி விடுகிறோமாம். இதைக் கால அவகாசப் புறக்கணிப்பு (Duration Neglect) என்கிறார்கள். நாம் பெறும் அனுபவங்களில் இரண்டு முக்கிய தருணங்களை மட்டும் கணக்கிலெடுத்து மதிப்பிடுகிறோமாம். அனுபவத்தில் நாம் பெற்ற சிறந்த அல்லது மோசமான தருணம் (பீக்). அனுபவத்தின் முடிவில் நடந்த, உணர்ந்த விஷயம் (எண்ட்). இவை இரண்டைத்தான் கவனிக்கிறோமாம். இதை பீக்-எண்ட் விதி (Peak-End Rule) என்கிறார்கள் உளவியலாளர்கள்.

ஆய்வில் கலந்துகொண்டவர்கள் மனதில் முதல் சுற்று முடியும் தருணத்தைவிட இரண்டாவது சுற்று முடிந்த தருணம் கொஞ்சம் அவதி குறைந்ததாக, சற்றே இதமாக இருந்தால் அந்தத் தருணம் மட்டுமே நினைவில் நிற்கிறது. அதிக நேரம் கைகளை ஜில் தண்ணீரில் வைத்திருந்த விஷயம் நினைவில் இருப்பதில்லை. அதனால்தான் இரண்டாவது சுற்றை அதிகம் பேர் தேர்ந்தெடுத்தனர்.

தங்கள் ஆய்வு முடிவுகளையும் அதிலிருக்கும் உண்மைகளையும் Psychological Science என்ற ஜர்னலில் When More Pain Is Preferred To Less என்ற கட்டுரையாக எழுதினார்கள் ஆய்வாளர்கள்.

மீண்டும் ஹனிமூன் மேட்டருக்குச் செல்வோம். ஹனிமூன் முழுவதும் பிரச்னை, தடங்கல், ஏமாற்றம், எரிச்சல் என்று ஏகத்துக்கு நிறைந்திருந்தாலும் அந்த ஹனிமூன் அனுபவத்தில் தனித்துவமாகத் தெரிவது அதன் பீக் மற்றும் எண்ட் தருணங்கள்தான். புது பொண்டாட்டியின் கைபிடித்த ஸ்பரிசத் தோடு சென்ற முதல் ப்ளோன் பயணம் அனுபவத்தின் பீக். நாம் ஆராதிக்கும் இசை கலைஞனின் ஆசீர்வாதமும் அவரோடு எடுத்த ஃபோட்டோ அனுபவம் எண்ட். இவை இரண்டுமே மறக்க

முடியாதவையாக அமைந்துவிட்டதால் ஹனிமூனில் நடந்த மற்ற நிகழ்வுகள் மறந்து போகிறது. அந்த ஹனிமூனை நினைக்கும் போது அதன் பீக் மற்றும் எண்ட் மட்டுமே நினைவில் நிற்கிறது. மனதில் பதிகிறது. இதமாய்த் தெரிகிறது!

அனுபவங்களை அலசும்போது ரன்னிங் காமெண்டரிபோல் ஒவ்வொரு நிமிடத்தையும், ஒவ்வொரு நொடியையும் நாம் கவனிப்பதில்லை. மாறாக நம் நினைவில் நிற்பது அதில் நடக்கும் ஃப்ளாக்ஷிப் தருணங்களான இந்த பீக் மற்றும் எண்ட் மட்டுமே.

சினிமா பார்க்கிறோம். மூன்று மணி நேரப் படத்தின் ஒவ்வொரு ரீலும் அமர்களமாக இருந்தால்தான் படம் பிடிக்கவேண்டும் என்றில்லை. 'ஜாக்கி சேன்' படங்கள் இதற்குச் சிறந்த உதாரணங்கள். அவருடையது எல்லாமே டப்பிங் படங்கள்தான். பாட்டு, டான்ஸ், செண்டிமெண்ட் எல்லாம் கிடையாது. ஆனால் அவர் படங்களில் அட்டகாசமான ஒரு ஓப்பனிங் சேசிங், ஃபைட் சீன் எல்லாம் இருக்கும். இது படத்தின் பீக். அதேபோல் க்ளைமாக்ஸ் அடிதடி அட்டகாசமாக அமையும். இது படத்தின் எண்ட். ஆக, பீக் மற்றும் எண்ட் இரண்டுமே சூப்பராக நமக்குப் படுவதால் மொத்தப் படமுமே சூப்பராகப்படுகிறது!

இந்த உண்மையை வாழ்க்கையிலும் வியாபாரத்திலும் படு ஜோராய்ப் பயன்படுத்த முடியும். புத்தகம் எழுதும்போது ஒவ்வொரு பக்கத்தின் ஒவ்வொரு வரியுமா ஆஹோ ஓஹோ வென்று இருக்கவேண்டியதில்லை. அப்புத்தகத்தில் ஹைலைட்டாக ஒரு பீக் அமைந்து, அதோடு புத்தகத்தின் கடைசி அத்தியாயமும் அதேபோல் அட்டகாசமாக அமைந்துவிட்டால் மொத்தப் புத்தகமும் பிடித்துவிடுகிறது.

அதேபோல் பேச்சாளர்கள் பேசும் ஒவ்வொரு நொடியும் ஓஹோ என்று இருக்க வேண்டியதில்லை. அவர்கள் பேச்சில் ஒரு ஹைலைட்டான பீக் ஒன்றும் அதோடு இனிமையான எண்ட் இருந்துவிட்டால் போதும். கேட்பவர்களுக்கு மொத்தப் பேச்சும் பிடித்துப்போகும்.

வகுப்பில் ஆசிரியர்கள் தங்கள் பாடத்தில் ஹைலைட்டாக ஒரு பீக் அமைத்துக்கொண்டு வகுப்பின் இறுதிப் பகுதியை அமர்களமாக அமைத்துக்கொண்டால் போதுமானது. அடுத்த வகுப்புக்கும் மாணவர்கள் ஆசையோடு வருவார்கள்!

உங்கள் விளம்பரங்களில் இதுபோல் ஒரு பீக் மற்றும் எண்ட் அமையுங்கள். மொத்த விளம்பரமும் வாடிக்கையாளர்களுக்குப்

பிடித்துப்போகும். உதாரணத்திற்கு 'ஜான்சன் அண்டு ஜான்சன்' விளம்பரங்களைப் பாருங்கள். விளம்பரத்தின் ஆரம்பத்திலேயே பிறந்த குழந்தையின் சிரிப்பை, அழகை க்ளோசப்பில் காண்பிப்பதைக் கவனியுங்கள். அந்த ஆரம்பமே விளம்பரத்தைப் பார்க்கும் அம்மாக்களைக் கட்டிப்போடும். பத்தாததற்கு விளம்பரத்தின் முத்தாய்ப்பாக ஒரு குழந்தை தத்தக்கா பித்தக்கா என்று நடந்து வந்து அம்மாவின் கையில் தொப்பென்று விழுவது விளம்பரத்தின் ஹைலைட்டாக அமையும். இவை போதாதா, பார்க்கும் பெண்களைப் பரவசப்படுத்த. அம்மாக்களின் மனதை வசீகரிக்க!

உங்கள் ஊழியர்களுக்குப் பயிற்சி வகுப்புகள் நடத்தும்போதும் அவர்களை அதை ஒழுங்காகக் கவனிக்க, கவனித்து அதன்படி நடக்கவேண்டும் என்று ஆசைப்பட்டால் பயிற்சியில் அவர்கள் மனதுக்குப் பிடிக்கும்படி பீக் ஒன்றை அமைத்து பயிற்சி வகுப்பின் எண்ட் அனைவருக்கும் பிடிக்கும்படியாக அமையுங்கள்.

பீக் எண்ட் விதியையும் அதன் மகத்துவத்தையும் உங்கள் விற்பனையாளர்களிடம் விளக்குங்கள். வாடிக்கையாளர்களுக்கு அவர்கள் எழுதும் மெயிலில், அனுப்பும் செய்திகளில், அவர்களோடு பேசுகையில், விற்பனை முயற்சிகளில் இந்த பீக் மற்றும் எண்ட் விதியை மறக்காமல் இருக்கச் சொல்லுங்கள். விற்பனை கூடுவதைக் கண்கூடாகப் பார்ப்பீர்கள்.

கடைக்காரர்களும்கூட இந்த விதியை அழகாகப் பயன்படுத்தலாம். கடையில் வாடிக்கையாளர் இருக்கும் ஒவ்வொரு நொடியும் அவர்களை மகிழ்ச்சிப்படுத்த வேண்டும் என்ற அவசியமில்லை. அவர்களுக்குத் தேவை கடையில் அவர்கள் இருக்கும்போது அவர்கள் மனதில் நிற்கும்படியான பீக் தருணம். அதற்கு என்ன செய்வது என்று சிந்தியுங்கள். அதேபோல் அவர்களுக்கு முக்கிய மானது ஷாப்பிங் முடியும் எண்ட் தருணம். அதாவது பில்லிங் செக்ஷன். அங்கு டிலே ஆகும்போது, காக்கவைக்கப்படும்போது தான் வாடிக்கையாளர்களுக்கு எரிச்சல் வருகிறது. மொத்த ஷாப்பிங் அனுபவமும் குட்டிச்சுவராகிப் போகிறது. இதைச் சரி செய்யுங்கள். வாடிக்கையாளர் கடையிலிருந்து மகிழ்ச்சியுடன் செல்வதைக் காண்பீர்கள். அடுத்த முறையும் உங்கள் கடையைத் தேடி வருவதையும் பார்ப்பீர்கள்!

நீங்கள் ஹோட்டல் நடத்துபவர் எனில் இந்த பீக் எண்ட் விதி உங்களுக்கும் பேஷாகப் பொருந்தும். ஹோட்டல்களில் சாப்பாடு ருசியாய் இருந்து மட்டும் பயனில்லை. வாடிக்கையாளர்கள் சாப்பிட்டுவிட்டு சர்வரிடம் பில் கேட்டு அதை அவரிடம் மீண்டும்

மீண்டும் ஞாபகப்படுத்தி அதை ஒரு வழியாய் வாங்கிப் பணம் கொடுத்து ஹோட்டலுக்குள் வெளியே வருவதற்குள் அடுத்த பசியே வந்துவிடுகிறது. ஆக பீக் இருந்தும் எண்ட் ஏமாற்றம் அளிப்பதால் வாடிக்கையாளருக்கு அந்த ஹோட்டல் அனுபவம் திருப்தியைத் தருவதில்லை. பிறகு எப்படி அந்த ஹோட்டலுக்கு அடுத்த முறை எப்படி செல்வார்?

பீக்-எண்ட் விதியின் மகத்துவம் புரிகிறதா? புரியவில்லை என்றால் மீண்டும் ஒருமுறை ஹனிமூன் போய் வாருங்கள். உங்கள் மனைவியோடுதான்!

13

ஊழியர்கள் உத்வேகம் பெற உதவும் முதல் நாள் அனுபவம்

வாழ்க்கையில் பல முதல் நாள் அனுபவங்கள் நம் மனதிலிருந்து நீங்குவதில்லை. முதல் நாள் பள்ளி மேடையேறியது. முதல் நாள் கல்லூரிக்குச் சென்றது. முதல் நாள் கம்பெனியில் முதலாளியாக சேரில் அமர்ந்தது. முதல் நாள் காதலியை, மனைவியை வெளியில் அழைத்துச் சென்றது. சேர்த்து இல்லை சார், தனித்தனியாகக் கூட்டிச் சென்றதைச் சொல்கிறேன்!

இவை முதல் நாள் மட்டுமல்ல, மனதில் முதன்மையான நாட்களும்கூட. நீண்ட நாள் நினைவில் நீங்காமல் நிற்கும் நினைவுகளாக இருப்பதுடன் வாழ்க்கையில் ஊக்கமும் உத்வேகமும் உற்சாகமும் தருபவை முதல் நாள் அனுபவங்கள்.

ஊழியர் ஆபீஸில் சேரும் முதல் நாள்கூட அவருக்கு மறக்க முடியாத முதல் நாள் அனுபவமே. உங்களை ஒன்று கேட்கிறேன். உங்கள் கம்பெனியில் பலரைப் புதியதாய்ப் பணியில் சேர்த்திருப்பீர்கள். அவர்கள் சேரும் முதல் நாள் அனுபவம் அவர்களுக்கு மறக்கமுடியாத வண்ணம் அமைத்து அவர்களுக்கு உற்சாகம் அளிக்கும் வகையில், உத்வேகம் தரும் முறையில் என்ன செய்கிறீர்கள்?

'ஆபீஸில் அவர் சௌகரியமாக அமரும்விதமாக மேலே ஃபேனும், அவருக்கென்று சேரும் தருகிறேன்' என்று கூறாதீர்கள். இதை சலூனில்கூடத் தருகிறார்கள். அதுவும் போதாதென்று வருபவரை அழகாய்ப் போர்த்தி, தலைவாரி, மெருகேற்றித் தலைக்கு மசாஜ் செய்து வேறு அனுப்புகிறார்கள். அதனால் சேர், ஃபேன் வகையறாக்களை விட்டு புதிய ஊழியர் முதல் நாள் அனுபவம் மறக்கமுடியாததாய் மாற்ற என்ன செய்கிறீர்கள் என்று கேட்கிறேன்.

விழித்திருக்கும் வாழ்க்கையின் பெரும் பகுதியை உங்களுக்கும் உங்கள் கம்பெனி வளர்ச்சிக்கும் உழைக்கவும் உங்கள் தோளோடு தோள் கொடுக்க வருபவர்கள் ஊழியர்கள். அவர்கள் முதல் நாளை முதல் இரவு ரேஞ்சுக்கு மாற்றவேண்டாமா? அவர்களுக்குச் சம்பளம் தருகிறீர்கள், ஓகே. அதோடு அவர்கள் உணர்வுக்கு உந்துதல் தரவேண்டாமா? அவர்கள் மனதுக்கு உற்சாகம் தரவேண்டாமா?

கொஞ்சம் சிந்தியுங்கள். அறியாத ஆபீஸ், தெரியாத இடம், புரியாத விதிகள், பழகாத மக்கள். இனம் புரியாத பயம். இதோடல்லவா நுழைகிறார் புதிய ஊழியர். என்னதான் அருகிலிருப்பவர்கள் அவர் மொழி பேசினாலும் அதில் பாதி புரிந்து பாதி புரியாமல் போகாதா? படித்த படிப்புக்கான பணி செய்வது எப்படி என்ற பதற்றம் இருக்காதா? கூட்டத்தின் மத்தியில் தனியாக உணர மாட்டாரா? தெரியாத இடத்தில் தெரிந்தே நுழைந்து தொலைந்தது போல் நிற்க மாட்டாரா? அவரை அனைவரும் சேர்ந்து அரவணைக்க வேண்டாமா. தோள் மீது கை போட்டு 'வா நண்பா, உன்னைத்தான் எதிர்பார்த்திருந்தோம்' என்று வரவேற்க வேண்டாமா. மாற்றவேண்டாமா முதல் நாளை அவர் என்றும் மறக்க முடியாதபடி!

நம் அனைவருக்கும் வாழ்க்கையில் தேவை ஸ்பெஷல் தருணங்கள். இனிய தருணங்களாக வாழ்க்கையை அலசும்போது தான் வாழ்க்கை அர்த்தமுள்ளதாகிறது. ஆனந்தப்பட வைக்கிறது. வாழ்க்கையின் தருணங்களைத் தேடித் தேர்ந்தெடுத்து அதை மறக்கமுடியாததாக மாற்றும் வகையில் முயற்சிகள் செய்யும் போதுதான் வாழ்க்கை வாழத் தகுந்ததாகிறது.

பணியின் முதல் நாள் மேட்டருக்கு வருவோம். புதிய ஊழியர்கள் வரவேற்பது என்பது அவருக்கு ஒரு பணியிடத்தை ஒதுக்கி, அவர் கையில் சில ஃபார்ம்கள் தந்து அதை பூர்த்திசெய்யச் சொல்லி அவர் வேலை என்ன என்று ஒரு சூப்பர்வைசர் கொண்டு தெரிவிப்பது என்றுதான் பல கம்பெனிகள் நினைக்கின்றன. முதல் உணர்வை

முதல்தரமான உணர்வாக்கும் வல்லமை இரண்டாவது முறை கிடைப்பதில்லை. புதிய ஊழியரிடம் 'நீங்கள் வரவேகப் படுகிறீர்கள்' என்ற உணர்வைத் தரும்போதுதான் அவர் மனதில் மகிழ்ச்சி ஏற்படுத்தி உணர்வில் புதிய உத்வேகம் அளித்து அவர் சிறப்பாகப் பங்களிக்க வைக்க முடியும்.

போட்டியாளர்களைச் சமாளிக்கவும் மார்கெட்டில் முன்னேறவும் வியூகம் அமைப்பதுபோல் புதிய ஊழியர்களுக்கு வரவேற்பு வியூகம் அமைத்துக்கொள்ளுங்கள். ட்ராவல் அலவன்ஸ் ரூல்ஸ், லீவு ரூல்ஸ் என்று கண்டதெற்கெல்லாம் ப்ரிண்ட் போட்டுப் புத்தகம் வைத்திருக்கிறீர்களே. புதிய ஊழியரை வரவேற்க ஒரு திட்டம் வகுத்து அதைப் புத்தகமாக்கி மற்ற ரூல்ஸ் புத்தகங் களோடு வையுங்கள். இக்கம்பெனி புதிய ஊழியர் வரவேற்பை சீரியசாக பார்க்கிறது என்பது அனைவருக்கும் தெரியவேண்டும். புதிய ஊழியரை வரவேற்பது என்பது ஆபீஸ் முழுவதும் ஒரு கலாசாரமாக மாற்றவேண்டும்.

புதிய ஊழியர் ஆபீஸில் நுழையும்போது அவரை வரவேற்க இருக்கும் ஊழியர்களில் ஒருவரை நியமியுங்கள். சேர்வதற்குச் சில நாள் முன்பு அவர் புதிய ஊழியரை அழைத்து 'எத்தனை மணிக்கு வருகிறீர்கள், உங்களுக்காக நான் காத்திருக்கிறேன்' என்று கூறினால் புதிய ஊழியருக்கு எத்தனை உற்சாகமாக இருக்கும். அவர் நுழையும்போது வாசலில் நின்று வரவேற்று ஒரு சின்ன பூங்கொத்தோ அட்லஸ்ட் ஒரு சாக்லெட் பாக்கெட் கொடுத்தோ 'வெல்கம்' என்று கூறினால் இக்கம்பெனியில் முன்பே சேர்ந்திருக்கக் கூடாதா என்று புதிய ஊழியருக்குத் தோன்றாதா!

பல ஆபீஸில் புதிய ஊழியர்களை ஏதோ பலி ஆடுபோல் கையில் கயிற்றைக் கட்டி இழுத்துக்கொண்டு போகாத குறையாக ஆபீஸ் முழுவதும் தரதரவென்று அழைத்துப் போய் ஒவ்வொருவராய்க் கடனே என்று அறிமுகம் செய்கிறார்கள். கேவலம் ஒரு ஃபோன் நம்பரையே நம்மால் ஞாபகம் வைத்துக்கொள்ள முடிவதில்லை. ஒரே நாளில் ஐம்பது, அறுபது பேரை அறிமுகம் செய்தால் என்ன ஞாபகம் இருக்கும்? இல்லை யாரைத்தான் ஞாபகம் இருக்கும்?

அதற்குப் பதில் ஒவ்வொருவரையும் அறிமுகம் செய்யும்போது அவரின் ஆபீஸுக்கு அப்பாற்பட்ட ஒரு குணாதியசத்தை குறிப்பிடும்போது அவர் பெயரை ஞாபகம் வைத்துக்கொள்ள ஏதுவாக இருப்பதோடு அவர் மீது ஒரு அபரிமிதமான அன்னியோன்யம் வளரும்.

'இவர் மிஸ்டர் மேனன். இவர் பாடி நீங்க கேட்கணுமே, ஆஹா, சாட்சாத் ஜேசுதாஸ் குரல் இவருக்கு'.

'இது மிசஸ் மஞ்சு. இவங்க பண்ற பிஸிபேலாபாத்துக்கு ஆபீஸ்ல பெரிய ரசிகர் மன்றமே இருக்கு'.

இப்படி அறிமுகம் செய்யும்போது மொத்த ஆபீஸுக்கும் ஒருவித மனிதத்தன்மை மலர்ந்து ஒரு குடும்பத்தோடு பணியாற்ற வந்திருக்கிறேன் என்று புதிய ஊழியர் மனதில் தோன்றும் இல்லையா!

ஒவ்வொரு கம்பெனிக்கென்றும் ஒரு கலாசாரம் தேவை. இவையே இந்த கம்பெனியின் வேல்யூஸ். இப்படித்தான் இக்கம்பெனியின் நடத்தை இருக்கும் என்பதை சேரும் புதிய ஊழியர் விரைவில் புரிந்துகொள்வது அவரையும் அந்த கலாசாரத்தில் ஐக்கியமாக்க உதவும். கம்பெனியிலும் அவருக்கு சக ஊழியர்கள் நல்ல நண்பர்களாவார்கள். பணி செய்யும் இடத்தில் நண்பர்களாக இருப்பவர்கள் 47% தங்கள் பணியையும், கம்பெனியையும் அதிகமாக நேசிக்கிறார்கள் என்கிறது ஒரு ஆய்வு.

இது என்னுடைய கம்பெனி, இதன் வளர்ச்சிக்கு என் பங்களிப்பு உண்டு என்று நினைக்கும் ஊழியர்கள் இன்னமும் கூட மனமுவந்து பணிபுரிவார்கள். மற்றவர்கள் தவறோ தப்போ செய்தால் கூட அதைத் தட்டிக் கேட்கும் மன தைரியம் பெறுவார்கள்.

உங்கள் ஆபீஸுக்கென்று பிரத்யேகமான பணியில் சேரும் முதல் நாள் அனுபவத்தை உருவாக்குங்கள். உற்சாகமாக உழைக்கும் ஊழியர்கள் அதிகமாவதோடு பணியை விட்டு விலகுவோர் எண்ணிக்கையும் கண்டிப்பாய் குறையும். கணிசமாய் குறையும்.

ஆனால் இதுபோல் ஊழியர்களை முதல் நாள் வரவேற்று அவர்களுக்கு மறக்க முடியாத அனுபவத்தைத் தருவதில் ஒரு ப்ராப்ளம் இருக்கவே செய்கிறது. இருக்கும் ஊழியர்கள் தங்கள் வேலையை விட்டுவிட்டு மீண்டும் புதியதாய்ச் சேர்கிறேன் ப்ளீஸ் என்று தங்கள் ரெசிக்னேஷன் லெட்டரையும் அப்ளிகேஷன் ஃபார்மையும் சேர்த்து நீட்டுவார்கள். பரவாயில்லையா!

14

கம்பெனி சிறக்க
அனைவரோடும் சிரிப்பாய் சிரியுங்கள்

தனியாய் டீவியில் காமெடி சீன்கள் பார்க்கும்போது சிரிப்பதை விட மற்றவர்களோடு பார்க்கும்போது அதிகம் சிரிக்கிறோம் என்பதைக் கவனித்திருக்கிறீர்களா?

தனியாய் இருக்கும்போது நமக்கு நாமே பேசிக்கொள்கிறோம், அளவோடு புன்னகைத்துக் கொள்கிறோம். ஆனால் தனியாய் இருக்கும்போது அதிகம் சிரிப்பதில்லை.

தனியாய் சிரித்தால் பைத்தியம் என்று பட்டம் கட்டுவார்களோ என்ற பயமா? இல்லை அருகில் யாராவது இருந்தால்தான் நமக்கு காமெடி புரிகிறதா?

சிரிப்பைப்பற்றி ஆய்வு செய்து பல ஆராய்ச்சி கட்டுரைகள் எழுதியவர்களில் ஒருவர் 'ராபர்ட் ப்ரோவைன்'. 'மேரிலேண்ட் பல்கலைக்கழக'த்தில் உளவியல் மற்றும் ந்யூரோசைன்ஸ் துறையில் பேராசிரியர். இவர் ஒரு முறை உதவியாளர்களுடன் காலேஜ், தெருக்கள், மக்கள் குழுமும் இடங்கள் என்று அலைந்தார். ஓட்டுக் கேட்க அல்ல. ஓட்டுக் கேட்க!

மக்கள் என்ன பேசுகிறார்கள், எதற்கெல்லாம் சிரிக்கிறார்கள் என்பதை அவர்களுக்குத் தெரியாமல் ஓட்டுக்கேட்டுக் குறித்துக்கொண்டார்.

அவர்கள் சிரிக்கும்போது அதற்கு முன் என்ன பேசப்பட்டது, எந்த விதமான விஷயங்களுக்கு மக்கள் சிரிக்கிறார்கள் என்பதை அறிந்துகொள்ள நடத்தப்பட்ட ஆய்வு.

மக்கள் சிரித்த கமெண்டுகள் படு காமெடியாக இருந்ததா?

அதை ஏன் கேட்கிறீர்கள். அதுதான் காமெடியே. சிரிப்பை வரவழைத்த பேச்சுகளில் இருபது சதவீதத்துக்கும் குறைவானவையே கொஞ்சமேனும் ஹாஸ்யம் நிறைந்ததாக இருந்தனவாம். அட, நாகேஷ் காமெடிபோல் அமர்களமாக இருக்கவேண்டாம், அட்லீஸ்ட் சுமார் ரக ஹாஸ்யங்களா என்றால் அது கூட இல்லை. 'அங்க யாரு வராங்க பாரு', 'நிஜமாவா சொல்ற', 'உன்ன சந்திச்சதில ரொம்ப சந்தோஷம்'. இது போன்ற கமெண்டுகளுக்கு சிரித்திருக்கிறார்கள். 'நீ சரக்கு அடிக்கலன்னாலும் பரவாயில்லை, எங்களுக்கு வாங்கிக் கொடு' என்பது போன்ற மொக்கைக் கமெண்டுகளுக்குத்தான் ஏக சிரிப்பாம்.

'இதுல என்ன இருக்குன்னு சிரிச்சாங்களாம்' என்று கேட்கத் தோன்றுகிறதில்லையா. உங்களுக்கு ஒரு உண்மையை உணர்த்த வேண்டியிருக்கிறது.

நீங்களும் நானும் இது போன்ற உப்புசப்பில்லாத கமெண்டு களுக்குத்தான் சிரிக்கிறோம், தெரிந்தவர்களுடன் சேர்ந்திருக்கும் போது. நாம் இதை உணர்வதில்லை. இதற்குக் காரணம் மன உளவியல் என்கிறார் ப்ரொவைன்.

சிரிப்பு என்பது பெரும்பாலும் ஒரு சமூக நடத்தை (social behaviour) என்கிறார். சமூக பந்தங்களின் இணைப்பை வலுப்படுத்த உதவுகிறதாம். பிடித்தவர்களோடு இருக்கும்போது நாம் சிரிப்பது ஹாஸ்யத்திற்கு அல்ல அவர்களோடு சேர்ந்து இருப்பதாலேயே என்கிறார் ப்ரோவைன்.

அடுத்த முறை நீங்கள் யாருடனாவது பேசும்போது கொஞ்சம் கவனியுங்கள். எதற்கெல்லாம் சிரிக்கிறோம் என்று நோட் செய்யுங்கள். பேசி முடித்த பின் பேசியதை, சிரித்ததைச் சிந்தியுங்கள். இக்கட்டுரை கூறும் உண்மை உங்களுக்கே புரியும்!

மற்றவர்களோடு சேர்ந்திருப்பதால் மரியாதை கருதி கொஞ்சம் அதிகம் சிரித்திருக்கலாம், அவ்வளவே என்று நீங்கள் நினைத்தால் உங்களுக்குச் சில புள்ளியல் விவரங்களைத் தருவது அவசியமாகிறது. தனியாக இருப்பதை விடத் தெரிந்தவர்களுடன் இருக்கும்போது நாம் முப்பது தரம் அதிகம் சிரிக்கிறோம் என்கிறார் ப்ரோவைன்.

அருகில் உள்ளவர்களிடம் உங்களை எனக்குப் பிடித்திருக்கிறது, நீங்கள் கூறுவதை ஆமோதிக்கிறேன், உங்களை நான் புரிந்து கொள்கிறேன், உங்களோடு இருக்க எனக்குப் பிடித்திருக்கிறது என்றெல்லாம் சொல்லாமல் சொல்ல அவர்களோடு சேர்ந்து சிரிக்கிறோமாம்; என்னதான் சுத்தமாக ஹாஸ்யமே இல்லாத சப்பை மேட்டராக இருந்தாலும்.

கூட்டத்தில் யாரேனும் கொட்டாவிவிட்டால் அது தொத்து வியாதிபோல் பரவி ஒவ்வொருவராக கொட்டாவிவிடுவதைப் பார்த்திருப்பீர்கள். அதுபோல்தான் சிரிப்பும் என்கிறார்கள் ஆய்வாளர்கள். அடுத்தவர் சிரிக்கிறார் என்று நாமும் சிரிக்கிறோம். சொல்லப்பட்டது பெரிய ஜோக் இல்லையென்றாலும் அடுத்தவர் சிரிக்கிறார் என்றால், அதுவும் மிகவும் தெரிந்தவராக இருக்கும் பட்சத்தில் அதிகம் சிரிக்கிறோம்.

சிரிப்பு என்பது ஹாஸ்யம் சம்பந்தப்பட்ட விஷயம் என்பதைவிட உறவுகள் சம்பந்தப்பட்டது என்கிறார் ப்ரோவைன். மற்றவர் களோடு பேசும்போது நாம் சிரிப்பது 'நான் உங்களோடு இருக்கிறேன்', 'நான் உங்களில் ஒருவன்' என்பதை அவர்களுக்கு உணர்த்தத் தானாம்.

சேர்ந்து சிரிப்பது அனைவருக்கும் ஒரு பாசிடிவ் சிக்னல் தரும் முயற்சியாம். அருகிலிருக்கும் அனைவரையும் ஒருங்கிணைக்கும் வழியாம். மனம் விட்டுச் சிரியுங்கள் என்று பலர் கூறுவதைக் கேட்டிருப்பீர்கள். அது எப்படியோ, மற்றவர் மனம் நம்மை விடக்கூடாது என்று சிரிக்கிறோம் என்பதுதான் உளவியல் பூர்வமான உண்மை.

சேர்ந்து சிரிக்கும்போது உறவுகளில் மகிழ்ச்சியும் அமைதியும் தழைக்கிறது என்கிறார் ப்ரொவைன். சேர்ந்து சிரிக்கும் உறவுகள் நீண்ட காலம் நிலைக்கிறது என்கிறார். சேர்ந்து சிரிக்காத உறவுகள் சந்தி சிரிக்கும், சிரிப்பாய்ச் சிரிக்கும் என்கிறார்.

நாம் பேசக் கற்றுக்கொள்ளும் முன் பொக்கை வாயை வைத்துக் கொண்டே முதலில் சிரிக்கக் கற்றுக்கொண்டிருக்கிறோம். எதையும் யோசிக்காமல், படக்கென்று தோன்றும் உணர்வு சிரிப்பு. அச்சிரிப்பு உறவுகளைப் பலப்படுத்தும் கோந்து என்பது உலகின் எல்லா கலாசாரங்களிலும் காணப்படும் உளவியல் உண்மை என்கிறார்.

நீங்கள் நினைத்ததைவிட சிரிப்பு என்பது அநியாயத்துக்கு எவ்வளவு சீரியஸான மேட்டர், பார்த்தீர்களா. இது தெரியாமல் இத்தனை நாள் 'ஆபீஸில் என்ன சிரிப்பு வேண்டிக்கிடக்கிறது', 'இது சிரிக்கற விஷயம் அல்ல', 'எல்லாரும் சேர்ந்து சிரிக்க இது ஆபீஸா இல்ல க்ளப்பா', 'சீரியசாகப் பேசிக்கொண்டிருக்கும்போது என்ன சிரிப்பு' என்று எரிந்து விழுந்ததெல்லாம் எத்தனை தவறு என்பது புரிந்ததா.

சிரிக்கும் இடங்களில் பணியாளர்கள் மத்தியில் புரிதல் நிலவுகிறது. உறவுகள் பலப்படுகிறது என்று சந்தோஷப்படுங்கள். 'ஹா ஹா' என்று யாரேனும் சிரித்தால் 'ஆஹா' என்று அதை ஆமோதித்து ஆராதியுங்கள். முடிந்தால் நீங்களும் சேர்ந்து சிரியுங்கள்!

ஆய்வாளர்கள் கூறுவதைச் சற்றே தத்துவார்த்தமாகப் பாருங்கள். வாழ்க்கையில் சந்தோஷமாகச் சிரிக்கவேண்டும் என்றால் மனதுக்குப் பிடித்தவர்களுடன் அதிக நேரம் செலவழியுங்கள். அவர்களோடு மனம் விட்டுப் பேசுங்கள். அருகில் யாரும் இல்லையென்றால் அட்லீஸ்ட் பிடித்தவர்களோடு ஃபோனில் பேசுங்கள். அவர்களோடு சேர்ந்து சிரியுங்கள். சிரிப்பு உணர்வுகளை வளப்படுத்தி, உயிர்களை நெறிப்படுத்தி உணர்வுகளைப் பலப்படுத்துகிறது.

சிரிப்பைப்பற்றி இன்னமும்கூட கண்டுபிடித்துக் கூறியிருக் கிறார்கள். நாம் சிரிப்பதே பல சமயங்களில் நமக்குத் தெரிவ தில்லையாம். மற்றவருடன் சேர்ந்திருக்கும் வேளைகளில் சிரிக்கிறோம். ஆனால் நாம் சிரித்த அளவை குறைவாக மதிப்பிடுகிறோம். சிரிப்பது தெரிகிறது. ஆனால் எவ்வளவு சிரிக்கிறோம் என்பது தெரிவதில்லை. மற்றவர்களுடன் சேர்ந்திருக்கும்போது நம்மையும் அறியாமல் நமக்குள் ஊறிப்போய் விட்ட ஒன்று சிரிப்பு என்பதால் நாம் சிரிக்கும் அளவு நமக்கே தெரிவதில்லை என்பதுதான் உண்மை. இதை வேறு எங்கும் போய்த் தேடவேண்டாம். மற்றவர்களோடு நீங்கள் எப்படி இருக்கிறீர்கள் என்பதை முடிந்தால் நீங்களே நினைத்துப் பாருங்களேன்!

சிரிப்பு என்பதே வெறும் ஹாஸ்யம் சம்பந்தப்பட்ட விஷயம் அல்ல. நெர்வஸாக இருக்கும்போது மழுப்பல் சிரிப்பு சிரிக்கிறோம். நம் நிலைக்கு மேல் உள்ளவர்களிடம் பேசும்போது டிப்ளமாட்டிக் சிரிப்பு சிரிக்கிறோம். இவ்வளவு ஏன், வில்லத்தனம் செய்யும் போது இறுமாப்புடன் சிரிக்கிறோம். மற்றவர்களைச் சிரிக்க வைக்க நாமே சமயங்களில் சிரிக்கிறோம். பேச்சாளர்கள் பலர்

பேச்சுக்கிடையில் தாங்களே சிரிப்பது மற்றவர்களையும் தங்களோடு சேர்ந்து சிரிக்கத்தான்.

இதையெல்லாம் படிக்கும்போது நீங்கள் சிரித்துக்கொண்டிருக் கிறீர்களா என்று எனக்குத் தெரியாது. ஆனால் சென்ற வாரம் என் நண்பர்களிடம் இதைப்பற்றிப் பேசிக்கொண்டிருந்தபோது சிரித்துக்கொண்டே நான் சொல்வதைக் கேட்டார்கள். ஏன் என்று புரிகிறதா?

15

கவனப் பற்றாக்குறை குறைய
நீங்கள் கவனிக்க வேண்டியவை

செல்ஃபோனில் பேசிக்கொண்டே லேண்ட்லைன் ரிசீவரையும் எடுத்து இரண்டு காதுகளிலும் இரண்டு ஃபோன்களை வைத்துப் பேசி யாரிடம் எதைச் சொல்கிறோம் என்று தெரியாமல் முழிப்பவரா நீங்கள்?

தலை சுற்றும் அளவுக்கு வேலை இருக்க எதை முதலில் செய்வது என்று குழம்பி எந்த வேலையையும் முழுவதுமாக, முறையாகச் செய்யாமல் தலையைப் பிய்த்துக்கொண்டு பைத்தியம் பிடித்தது போல் பாயைப் பிறாண்டுபவரா நீங்கள்?

ஒன்றுக்கு ஒன்பது விஷயங்களை ஒரே நேரத்தில் யோசித்துக் கொண்டே லிஃப்ட் பட்டனை அமுக்கி அது வரும் வரை பொறுமையில்லாமல் மாடிப்படி ஏறி லிஃப்ட் சத்தம் கேட்டு கீழே ஓடி வந்து அதற்குள் லிஃப்ட் மூடி மேலே செல்ல மீண்டும் மாடிப்படி ஏறுவதா லிஃப்ட்டுக்குக் காத்திருப்பதா என்று குழம்புபவரா நீங்கள்?

பாவி பய புள்ள நம்ம புலம்பலைப் புட்டுப் புட்டு வைக்கிறானேன்னு பதறாதீர்கள். அடியேனும் அவ்வண்ணமே.

நமக்கெல்லாம் ஒரு குட் ந்யூஸ். இது வியாதியல்ல. அதனால் பயப்படத் தேவையில்லை. இது ஒருவகை நரம்பியல் நிகழ்வு

(Neurological Phenomenon) என்கிறார் 'எட்வர்ட் ஹேலோவெல்' என்கிற மனநல மருத்துவர்.

வியாதி இல்லை என்றாலும் நெருக்கித் தள்ளும் பிசினஸ் உலகில் கம்பெனிகளில் இது தொற்றுநோயாகப் பரவி வருகிறது. பணிச் சூழல் சுனாமியில் சிக்கி சுழற்றியடிக்கப்பட்டு மூளை சுமை அதிகமாகிப் பரபரப்புடன் பைத்தியம் பிடித்ததுபோல் அல்லாடும் இந்நிலையை 'கவனப் பற்றாக்குறை பண்பு' (Attention Deficit Trait) அதாவது ADT என்கிறார் எட்வர்ட்.

எளிதில் மனம் திசைதிருப்பப்படுவது, பரபரப்பு, பொறுமை யின்மை போன்றவை இந்நிலைக்கான அறிகுறிகள். தன் இருபத்தி ஐந்து வருட மருத்துவ அனுபவத்தில், ஆராய்ச்சியில் நூற்றுக்கணக் கானவர்களைப் பார்த்துப் படித்துப் புரிந்துகொண்டுதான் கண்டதை, கற்றதை 'ஹாவர்ட் பிசினஸ் ரெவ்யூ'வில் Overloaded Circuits: Why Smart People Underperform என்ற கட்டுரையாக எழுதியிருக்கிறார்.

ADTயால் பாதிக்கப்படுபவர்கள் தாங்கள் செய்யும் பணிகளை ஒழுங்கோடு செயல்படச் சிரமப்பட்டு, எதை முதலில் செய்வது எதைக் கடைசியில் செய்வது என்று புரியாமல் தங்கள் நேரத்தைச் சரியாக நிர்வகிக்கத் தெரியாமல் மனதில் பீதி பீறிட்டு அடிக்கத் திறம்படச் செயல்பட முடியாமல் ஒருவிதக் குற்ற உணர்வோடு வாழ்பவர்கள் என்கிறார். திறமை வாய்ந்த நிர்வாகிகளையும் சரியாய்ப் பணி செய்யவிடாமல் மோசமான நிர்வாகி என்று அவப்பெயரெடுக்கும் நிலைக்குத் தள்ளும் இந்த ADT.

இத்தனைப் படுத்தும் இதைப் பேசாமல் வியாதிகள் லிஸ்ட்டி லேயே சேர்த்துத் தொலைக்கலாம்!

போக்குவரத்து நெரிசல் போல நவீன வாழ்வின் சாபக்கேடுகளில் ஒன்று ADT. போட்டி பெருகி, உலகமயமான பிசினஸ் சூழல் அழுத்தத்தால் உருவாகும் வேலை பளு, நேரமின்மை, அவசரம், பதற்றம் இத்யாதிகள் பெருகுவதால் மனித மூளை தன்னை முழுவதுமாக ஒரு பணியில் ஐக்கியப்படுத்த முடியாத நிலைக்குத் தள்ளப்படுகிறது.

அதற்காகச் சடாரென்று தோன்றிப் படாரென்று நம்மைத் தாக்கும் ரகமில்லை. மெதுவாக நமக்குள் பிறந்து நாளொரு மேனியும் பொழுதொரு மென்னியும் பிடித்து வளர்ந்து விஸ்வரூபமெடுத்துக் கடைசியில் நம்மை பஸ்மமாக்கும் பகாசுரன்.

முதலில் சின்னச் சின்ன பிரச்னைகளை ஏற்படுத்திப் பிறகு மிதமான அவசர நிலை பிரகடனம் செய்து கடைசியில் பைத்தியம் பிடிக்கும் ரேஞ்சுக்குக்கொண்டு செல்லும். எதோ இந்த மட்டும் சட்டை பேண்டை கிழித்து ஆபீஸில் இருப்போரை அடிக்கும் அளவுக்கு யாரையும் ADT இட்டுச் சென்றதாகத் தகவல் இல்லை. பிசினஸ் போகும் போக்கைப் பார்த்தால் அப்படிகூட விமரிசையாக நடக்கலாம். எதுவும் சொல்வதற்கில்லை!

உலக வரலாற்றில் இப்போதிருக்கும் நெருக்கடி சூழல்போல் மனித மூளைக்கு அத்தனை வேலையும் ஆராய்ந்து முடிவெடுக்க இத்தனை டேட்டாவும் என்றுமே இருந்ததில்லை. காலை எழுந்தவுடன் முதல் காரியமாக செஃபோனில் வந்திருக்கும் மெசேஜ் பார்த்து, சாப்பிடும்போது வாட்ஸ் அப் செய்திகள் படித்து, குளித்துவிட்டு வரும் கேப்பில் மிஸ் கால் வந்திருக்கிறதா என்று பார்த்து அதுவும் பத்தாது என்று லேப்டாப்பில் மெயில் செக் செய்து, ஐபேட்டில் தகவல் தேடுகிறோம்.

ஒரு அளவுக்கு மேல் மனித மூளையிடம் டேட்டாவை கொட்டிக் குவித்து 'ம்ம்ம் மடமடவென்று அலசி ஆராய்ந்து செயல்படுத்து' என்று சொல்லும்போது அது சாமர்த்தியமாக, க்ரியேடிவாகச் செயல்படும் சக்தி குறைந்து தவறுகள் செய்யத் துவங்குகிறது. தன்னால் முடிந்ததைக் காட்டிலும் அதிகமாக வேலை பளு தரப்படும் போதும் தன் திறமைக்கு அப்பாற்பட்ட பணிகள் தரப்படும் போதும் மன அழுத்தம் அதிகரிக்கிறது. மூளைக்குள் லகலகலகலக என்று லடாய் நடக்கிறது.

மூளையில் ஃப்ரண்டல் லோப்ஸ் (Frontal lobes) என்ற பகுதிதான் முடிவெடுப்பது, திட்டமிடுவது, நேர நிர்வாகம் போன்ற பணிகளைக் கட்டுப்படுத்துகிறது. அதன் கீழ் இருக்கும் பகுதி தூக்கம், பசி, மூச்சு, இதயத் துடிப்பு, பலான மேட்டர் போன்ற வற்றைக் கவனிக்கும் டிபார்ட்மெண்ட். நாம் வாழ, பிழைக்கத் தேவையானதைக் கவனிக்கும் பகுதி இது. எல்லாம் நார்மலாக இருக்கும் வரை பிரச்னையில்லை.

ஆனால் ஒரே நேரத்தில் இரண்டு வேலைகளைக் கவனித்து, மூன்று விஷயங்களைச் சிந்தித்துக்கொண்டே நான்கு பேரோடு விவாதிக்கும்போது மூளை டென்ஷனாகி சூடேறிப் பற்றி எரிந்து கடைசியில் பொறுக்க முடியாமல் பிழைத்தால் போதும் என்று 'சர்வைவல் மோடு'க்கு மாறுகிறது. மனத்தைப் பயம் ஆட்கொள்கிறது. காப்பாற்றுங்கள் என்று டிஸ்ட்ரஸ் சிக்னல் தரத் துவங்குகிறது. ஃப்ரண்டல் லோப்ஸ் தன் கட்டுப்பாட்டை மெள்ள இழக்க மூளையின் மற்ற பகுதிகளுக்கும் நெருப்பு பரவுகிறது. இத்தனை

நடக்கும்போது உடம்பு தன் பங்குக்குப் பயந்து 'க்ரைசிஸ் மோடு'க்கு மாற சர்வமும் ஆப்ஸ்பாகி சாந்தமாய்ப் பணி செய்யும் பாங்கை மூளை, உடம்பு, மனம் அனைத்தும் மொத்தமாய் இழக்கின்றன. அப்புறம் என்ன, சர்வம் கந்தர்வகோல களேபரம் தான். பதற்றம், பயம், பைத்தியம், பாய் பிறாண்டல், சட்டை பேண்ட் கிழிதல் இன்ன பிற!

ஏதோ கேன்சர், ட்யூமர் ரேஞ்சுக்கு பயமுறுத்துகிறேன் என்று நினைக்காதீர்கள். ADT உங்களையும் உங்கள் கம்பெனி பணியாளர் களையும் பீடிக்காமல் இருக்கப் பாதுகாப்பு ஏற்பாடுகளையும் எட்வர்ட்டே விளக்குகிறார்.

முதல் காரியமாக ADT என்ற ஒன்று இருக்கிறது என்று உணர்ந்தால் உசிதம். அடுத்து, மனித மூளை செவ்வனே பணி செய்ய அதற்கேற்ற தகுந்த சூழலை உருவாக்குவது அவசியம். ஆபீஸ் என்றால் டென்ஷன் இருக்கத்தான் செய்யும். ஆபீஸில் பயமில்லாத பாசிட்டிவ்வான சூழலை உருவாக்குவது உசிதம்.

மனித சங்காத்தமே இல்லாமல் நான்கு சுவர்களுக்கு அமர்ந்து வேலை செய்தால் கவனம் சிதறாது என்று சிலர் நினைக்கின்றனர். அங்குதான் ADT சுயம்புவாய் எழுந்தருளி தடியெடுத்துத் தாண்டவமாடித் தாக்கும். தனியாக ரூமில் வேலை செய்ய நேர்ந்தாலும் நான்கு மணி நேரத்துக்கு ஒரு முறையாவது வெளியே வந்து மனித முகங்களைப் பார்த்துப் பேசி, சிரித்துப் பிறகு ரூமுக்குள் வனவாசம் போனால் ADT பிசாசு அண்டாமல் தடுக்கலாம்.

ராப்பகலா உழைக்கிறேன் என்று இனியும் பெருமையாக பீற்றிக் கொள்ளாதீர்கள். தூக்கமின்மை இல்லாத மனிதனைப் பார்த்தால் ADTக்கு கொள்ளைப் பிரியம். அவர்கள் காலைப் பிடித்து மடியில் அமர்ந்து தோளில் சாய்ந்து பிறகு தலையில் ஏறி அமர்ந்து சப்தநாடியையும் சப்ஜாடாய் அரசாளும். வரவில்லையென்றாலும் வற்புறுத்தி வரவழைத்து வக்கணையாய்த் தூங்குங்கள்.

நல்ல தூக்கம் எத்தனை நேரம் என்று கேட்பவர்களுக்குக் குத்துமதிப்பாய் ஒன்று சொல்லலாம். அலாரம் வைத்துத்தான் எழ முடியும் என்ற நிலை இருந்தால் நீங்கள் சரியாய்த் தூங்குவதில்லை என்று அர்த்தம்!

சாப்பாட்டு விஷயத்திலும் கவனம் தேவை. பழங்கள், தானியங்கள், காய்கறிகளை உடம்பில் சேர்க்கவேண்டும். ப்ரோடீன் முக்கியம். ஐயே, இதையெல்லாம் எவன் தின்பான் என்று ஒதுக்குபவர்களை ADT ஆசையோடு ஆரத்தழுவி மொத்தமாய்த் தின்று ஏப்பம் விடும், பரவாயில்லையா!

சதா சேரில் அமர்ந்து, கம்ப்யூட்டரைக் கட்டிக்கொண்டு அழுதால் மூளைக்கு ரத்தம் செல்வது குறையும். புத்தி கூர்மை மழுங்கும். மூளை மக்கர் செய்யும்.

உடற்பயிற்சி கட்டாயம் தேவை. அப்படிச் செய்யும்போது மூளைக்கு மிகவும் பிடித்த எண்டார்ஃபின்ஸ் (Endorphins), செரடோனின் (Serotonin), டோபோமைன் (Dopomine), எபிநெஃப்ரின் (Ephinephrine) போன்ற ரசாயனங்களை உடம்பு தயாரித்து 'ஈ வே பில்' இல்லாமல் அனுப்பும்.

அதற்காக அதிகாலை எழுந்து பீச் இளைக்கும் அளவுக்கு ஜாகிங் செல்லவேண்டும் என்று அவசியமில்லை. உங்கள் சேரிலேயே சமாதி கட்டியதுபோல் அமர்ந்திராமல் ஆபீஸ்ுக்குள்ளேயே அங்கும் இங்கும் நடந்து செல்வது, மாடிப்படி ஏறி இறங்குவது போன்ற சின்னச் சின்ன உடற்பயிற்சிகளைச் செய்தால்கூடப் போதும்.

ஃபோன் வந்தால் காலை நீட்டிக்கொண்டு வயிற்றைத் தடவிக் கொண்டே பேசுவது பலருக்குப் பிடித்தமான ஒன்று. அப்படி யில்லாமல் ஃபோன் வந்த மாத்திரம் அங்குமிங்கும் நடந்து கொண்டே பேசப் பழகுங்கள். வாக்கிங் போக டைமே கிடைக்க மாட்டேங்குது என்று ஃபோனில் யாரிடமோ புலம்புவதற்குப் பதில் ஃபோன் பேசும் போதெல்லாம் ரூமுக்குள்ளேயே நடக்கலாமே. மூச்சு விடும் நேரத்தில் முக்கால் வாசி ஃபோனில் கழிக்கும் நமக்கு உடற்பயிற்சி செய்ய இதைவிடச் சிறந்த வழி இல்லை. இது போன்ற சின்னச் சின்ன பிசிகல் ஆக்டிவிடி நம் மூளை ரீசெட் பட்டனை அழுத்தும். இன்னமும் திறனுடன் வேலை செய்ய உதவும்!

தினமும் கொஞ்ச நேரமாவது ஈமெயில், அப்பாயிண்ட்மெண்ட் என்று எதுவும் இல்லாமல் சிந்திக்கும் நேரம் என்று ஒதுங்குங்கள். தினப்படி நினைப்புகளை மூட்டை கட்டி வைத்துவிட்டு உலகை ரசியுங்கள். வானத்தைப் பாருங்கள். செடிகொடிகளைக் கவனியுங் கள். பிடிக்குமென்றால் இசை கேளுங்கள். தினம் கொஞ்ச நேரமாவது 'இசைஞானி இளையராஜா'வுடன் இருங்கள். இப்படிச் செய்வது மொத்தமாக மூளைக்கும் உங்கள் மிச்சமிருக்கும் ஆயுளுக்கும் நல்லது.

ADT லேசுப்பட்ட மேட்டர் அல்ல. இனியும் நான் அஷ்டாவதானி என்று எட்டு வேலைகளை இழுத்துச் செய்து கஷ்டாவதானியாகி மொத்தமாய் நஷ்டாவதானியாகாதீர்கள்!

16

சறுக்காத வெற்றிக்குத் தேவை உண்மையை மறைக்காத டீம்கள்

'**ஏமி** எட்மண்ட்சன்' 1991ல் அமெரிக்காவின் பாஸ்டன் நகரின் மருத்துவமனைகளை ஏறி இறங்கிக்கொண்டிருந்த நேரம். அவர் உடம்புக்கு எந்தக் கேடுமில்லை. அவர் 'ஹாவர்ட் பல்கலைக்கழக'த்தில் Organizational behaviour இயலில் பிஎச்.டி மாணவி. மருத்துவமனை ஊழியர்களின் கூட்டு முயற்சியும் மருத்துவமும் ஒன்று சேர்ந்து பணி புரியவேண்டிய அவசியத்தை வலியுறுத்தும் ஆராய்ச்சி செய்துகொண்டிருந்தார். மருத்துவமனை களில் வெவ்வேறு துறைகளில் சேர்ந்து பணி புரியும் டாக்டர்கள், நர்ஸ்கள், ஊழியர்களிடம் கேள்விகள் கேட்டுக் கொண்டிருந்தார்.

மருத்துவமனையின் ஒவ்வொரு துறையின் கலாசாரம் வெவ்வேறாக இருப்பதைக் கண்டார் எமி. ஒவ்வொரு துறையும் வெவ்வேறுவிதமாகச் செயல்படுவதைக் கண்டார். என்னதான் கவனத்துடன் செயல்பட்டாலும் எல்லாத் துறையிலும் தவறுகள் நடப்பதைக் கண்டார். தவறுகளின் எண்ணிக்கை ஒவ்வொரு துறையிலும் வெவ்வேறாக இருந்தாலும் தவறுகள் என்னவோ தவறாமல் நடந்துகொண்டுதான் இருந்தன.

'நல்ல டீம்வர்க் உள்ள அணியின் உறுப்பினர்கள் ஒன்று சேர்ந்து பணியாற்றினால் தவறுகள் குறையும்; பேசாமல் இதை ஆராய்ந்து

ஊர்ஜிதப்படுத்துவோம்' என்று ஆராய்ச்சியைத் தொடர்ந்த எமிக்கு பெரிய ஆச்சரியம் காத்திருந்தது. இறுதி டேட்டாவை அலசிய போது அதற்கு நேர் எதிரான கண்டுபிடிப்பு இருந்தது. வலுவான, நல்ல அணிகளே அதிகத் தவறுகள் செய்திருந்தன!

எங்கோ தவறு நேர்ந்திருக்கும் என்று ஒன்றுக்கு இரண்டு முறை டேட்டாவை சரி பார்த்தார் எமி. ம்ஹூம். டேட்டாவில் ஒரு தவறும் இல்லை. வலுவான அணிகளே அதிகத் தவறுகள் செய்திருந்தன. சிறந்த அணிகள் என்று கருதப்பட்டவை எப்படி இத்தனை தவறுகள் செய்திருக்க முடியும் என்று எமிக்கு ஏக குழப்பம்.

தன் ஆராய்ச்சியின் ஒவ்வொரு கேள்வியையும் அதன் பதில்களையும் மீண்டும் ஆழ ஆராய்ந்தபோது ஒரு கேள்விக்கான பதில் அவர் கவனத்தை கவர்ந்தது. 'பணியில் நீங்கள் தவறு செய்தால் உங்கள் டீம் அதை உங்கள் மீது ஒரு குற்றமாகச் சுமத்தி வாட்டி எடுக்கும்' என்ற கேள்விக்கு ஊழியர்கள் 'ஆம்', 'இல்லை' என்று பதிலளிக்கவேண்டும். இக்கேள்விக்கான விடையையும் அதை அளித்தவர்களின் துறைகளில் நடந்த தவறுகளின் எண்ணிக்கையையும் சேர்த்து ஆராய்ந்தபோதுதான் விஷயம் புரிந்தது.

சிறந்த டீம்வர்க் உள்ளவை என்று கருதப்பட்ட டீம்கள்தான் அதிகத் தவறு இழைத்திருந்தன என்றில்லை. மற்ற டீம் ஊழியர்களைக் காட்டிலும் இவர்கள்தான் தங்கள் தவறுகளை மறைக்காமல், உண்மையாகத் தங்கள் டீம்களிடம் கூறியிருந்தனர். மற்ற டீம் ஊழியர்கள் அதே அளவு தவறுகள் இழைத்திருந்தாலும் தங்கள் டீமிடம் கூறப் பயந்து அதை மறைத்திருந்தனர். இதனால்தான் நல்ல டீம்கள் அதிகத் தவறுகள் இழைக்கின்றன என்பதுபோல் டேட்டா கூறியது!

சில டீம்களின் தலைவர்கள் மட்டுமே தங்கள் டீம்களில் வெளிப்படைத்தன்மை (Openness) வளர்த்து அணி அங்கத்தினர்கள் அனைவரும் ஃப்ரீயாக, வெளிப்படையாக, பயமில்லாமல் தங்கள் எண்ணங்களைப் பரிமாறும்படிச் செய்கிறார்கள். இன்னும் சொல்லப் போனால் தங்கள் தவறுகளைக்கூட மனமுவந்து மறைக்காமல் கூறும் கலாசாரத்தை வளர்க்கிறார்கள். டீம் அங்கத்தினர்களும் ஒளிவுமறைவில்லாமல் தங்கள் எண்ணங்கள் முதல் தவறுகள் வரை பகிர்ந்துகொள்வதால் அவர்கள் அதிகத் தவறுகள் இழைப்பதுபோல் தோன்றுகிறது. இதை விலாவாரியாக The Journal of Applied Behavioural Science-ல் ஆராய்ச்சி கட்டுரையாக எழுதினார் எமி. இதை 'உளவியல் பாதுகாப்பு' (Psychological safety) என்றார்.

தான் சேர்ந்திருக்கும் டீம் தன் கருத்தை வரவேற்று, தவறான கருத்தாக இருந்தாலும் தனக்கும் தன் கருத்துக்கும் மதிப்பளிக்கும். தவறு நேர்ந்தாலும் கண்டபடி திட்டிக் கழுவி ஊற்றாது என்று அணியின் அங்கத்தினர்கள் மனதில் உள்ள நம்பிக்கைதான் உளவியல் பாதுகாப்பு.

உளவியல் பாதுகாப்பு உள்ள டீம் உறுப்பினர்கள் தங்கள் கருத்துகளால் இமேஜ், கௌரவம், வேலைக்கேகூட எந்த எதிர்மறை விளைவுகளும் ஏற்படாது என்று தயங்காமல் தைரியமாகக் கூறுவார்கள். டீமில் தங்கள் பங்களிப்பு மதிக்கப்படும், தங்கள் எண்ணங்கள் வரவேற்கப்படும் என்ற நம்பிக்கையை ஒவ்வொரு டீம் அங்கத்தினர் மனதிலும் விதைப்பதே உளவியல் பாதுகாப்பு.

உளவியல் பாதுகாப்பு நிலவும் நிறுவனங்களில் பணியாளர்கள் புதிய ஐடியாக்களைத் தந்து அது தவறாகிப் போனால் அனைவர் முன்னேயும் தங்கள் மரியாதை குறையுமோ என்று தயங்காமல் தங்கள் மனதில் பட்டதைப் பகிர்வார்கள். தங்கள் பங்களிப்பு வரவேற்கப்படும் என்ற நம்பிக்கை இருக்கும் பணியடங்களில் தான் ஊழியர்கள் பாதுகாப்பாக உணர்ந்து சுய ஊக்கத்துடன் பணியாற்றுவார்கள்.

பல நாடுகளில் நடத்தப்பட்ட ஆய்வுகளில் உளவியல் பாதுகாப்புப் பணியிடத் திறனை (Workplace effectiveness) கூட்டுகிறது என்று தெளிவாகக் காட்டுகிறது. பணியிடங்களில் புதிய ஐடியாக்கள் பிறக்க ஏதுவான சூழலை ஏற்படுத்துகிறது என்றும் கூறுகிறது.

உலகமே இன்று அறிவு சார்ந்த பொருளாதாரமாக மாறி வருகிறது. அதோடு போட்டி நெருக்கித் தள்ளும் காம்பெடிடிவ் யுகம் இது. பணியிடங்கள் 'கற்கும் நிறுவனங்களாக' (Learning Organizations) மாறவேண்டிய அவசியமும் அவசரமும் நிறைந்த சூழல் இன்று. அதானாலேயே ஊழியர்களுக்கு உளவியல் பாதுகாப்பு அளிப்பது அவசியமாகிறது.

கம்பெனியில் அனைவருக்கும் உளவியல் பாதுகாப்பு அளிக்கும் முக்கிய பொறுப்பு கம்பெனி தலைவருடையது. அனைவரும் தங்கள் மனதில் பட்டதைப் பேசுகிறார்களா, மீட்டிங் என்றால் ஓரிருவர் மட்டுமே பேசி மற்றவர்களைப் பேசவிடாமல் தடுக்கிறார்களா என்பதை அவர் கண்டறியவேண்டும். அவரும் மற்றவர் ஃப்ரீயாகப் பேச அனுமதித்து அப்படிப் பேசும்போது காது கொடுத்துக் கேட்கப் பழகவேண்டும்.

ஊழியர்களிடம் விவாதிக்கையில் கம்பெனி தலைவர், மற்றவர்களின் கருத்துகளைத் தானே கேட்டும் பெறவேண்டும். 'இது என் கருத்து, இதில் ஏதேனும் தவறிருக்கலாம். நான் எதையாவது கவனிக்காமல் விட்டிருக்கலாம். நீங்கள் என்ன நினைக்கிறீர்கள், தைரியமாகக் கூறுங்கள்' என்று கேட்கும் வழக்கத்தை வளர்த்துக்கொள்ளவேண்டும்.

தவறு செய்வது சகஜம், ஆனால் அந்தத் தவறிலிருந்து பாடம் பயிலாமல் இருப்பதுதான் பெரிய தவறு என்பதை நீங்கள் முதலில் உணருங்கள். அதை உங்கள் டீமிடம் ஊழியர்களிடம் கூறுங்கள்.

மனம் திறந்து, பயமில்லாமல், தைரியமாகப் பேசுவது என்பது பணியிடங்களில் அவ்வளவு எளிதான காரியமல்ல. தான் பேசுவது தவறாக இருக்குமோ, தங்கள் கருத்துத் தப்பாகிப் போனால் சக ஊழியர்கள் கடிந்துகொள்வார்களோ, நம் வேலைக்கே உலை வைப்பதுபோல் ஆகுமோ என்ற பயம் எல்லா ஊழியர்களிடமும் உண்டு. அதனாலேயே மனதில் உள்ள எண்ணங்களை, கருத்துகளை, பதில்களைக் கூறாமல் விடுவார்கள். இதனால் நல்ல ஐடியாக்கள் பிறக்காமலே இறக்கும். கேள்விகளுக்குப் பதில் கிடைக்காமலே போகும்.

பழைய 'கோல்கேட்' டூத்பேஸ்ட் விளம்பரங்களில் குடும்பமே கோல்கேட் கொண்டு பல் தேய்த்திருக்க அவர்களைச் சுற்றி ஒரு ஒளிக்கற்றை சுற்றி வந்து 'டங்' என்று சத்தத்துடன் சேர 'பெறுங்கள் கோல்கேட் பாதுகாப்பு வளையத்தை' என்று விளம்பரம் கூறுவதைக் கேட்டிருப்பீர்கள். அதுபோல் உளவியல் பாதுகாப்பு என்னும் பாதுகாப்பு வளையத்தை உங்கள் டீம் உறுப்பினர்களைச் சுற்றி அமையுங்கள். இதனால் சக ஊழியரிடமிருந்து அச்சுறுத்தல் இருக்குமோ, மேலாளரிடமிருந்து ஆபத்து வருமோ என்ற பயமில்லாமல் தங்கள் எண்ணங்களைப் பகிர்ந்து கம்பெனி வளர முழுமூச்சுடன் ஒத்துழைப்பார்கள்.

இப்படியெல்லாம் என்னை மாற்றிக்கொள்ளமாட்டேன், ஊழியர் களுக்கு இத்தனை இடம் தரமாட்டேன் என்று இன்னமும் நீங்கள் நினைத்தால் உங்களிடம் ஒரே ஒரு கேள்வி. உங்கள் ட்ரைவர் கார் ஓட்டும்போது ஏதோ தவறு செய்து ப்ரேக் வயர் கட் ஆகிறது என்று வைத்துக்கொள்வோம். சின்ன விஷயத்துக்கே காட்டுக்கத்தல் கத்தும் நீங்கள் இதைச் சொன்னால் கடித்துக் குதறுவீர்கள் என்று பயந்து ட்ரைவர் இதைக் கூறாமல் சாவியைத் தந்துவிட்டுப் போகிறார் என்று வைத்துக்கொள்வோம். இது தெரியாமல் நீங்கள் கார் ஓட்டிச் சென்றால் என்ன சார் ஆகும்?

17

மன அழுத்தத்தைப் போக்கும்
மனோதத்துவ முறைகள்

கிரிக்கெட் மாட்ச் ஆடியிருக்கிறீர்களா?

ஆடியிருந்தால் க்ரவுண்டில் நுழையும்போது ஒருவித அமானுஷ்ய உணர்வு உடம்பை அழுத்துவதை அனுபவித்திருப்பீர்கள்.

பிடித்ததோ இல்லையோ கண்டிப்பாய் பரீட்சை எழுதியிருப்பீர் கள். அறைக்குள் நுழையும்போது வயிற்றைப் பிசைந்திருக்குமே.

அவ்வளவு ஏன், ஆபீஸில் முக்கிய மீட்டிங் ஆரம்பிக்கும் முன் இதயம் 20-20 ரன் ரேட்போல் எகிறுமே.

இவ்வகை மன அழுத்தம் (stress) போட்டி நிறைந்த சூழல்களில் இயற்கையாகத் தோன்றுவது. அந்நேரங்களில் இதயம் வேகமாகத் துடித்து, ப்ளட் ப்ரஷர் ஏறினாலும் நம் கவனம் கூர்மையாகி எச்சரிக்கை உணர்வு அதிகரிக்க நம் திறமை மேலும் வெளிப்படு வதையும் கவனித்திருப்பீர்கள்.

உண்மையில் மன அழுத்தம் செய்யும் பணியின் ஒரு அங்கம். சாதனைகளின் முக்கிய அம்சம். ஓரளவு மன அழுத்தம் இல்லை எனில் நாம் திறமையாகப் பணி செய்ய, சாதனை புரியமுடியாது என்பதே உண்மை!

சூழலாலும் அதனால் நடக்கும் மாற்றங்களுக்கான உடலியல் பதில் (physiological response)தான் மன அழுத்தம் என்கிறார்கள் உளவியலாளர்கள். நம்மைச் சுற்றி நடப்பவற்றை எதிர்கொள்ள அல்லது எகிறிக் குதித்து எஸ்கேப் ஆக நம் மனதை உடலைத் தூண்டுவது மன அழுத்தம்.

மனிதர்களைப்போல் அழுத்தத்தையும் நல்லது, கெட்டது என்று தரம்பிரிக்க முடியும். நல்ல மன அழுத்தத்தை யூஸ்ட்ரெஸ் (eustress) என்கிறார்கள். நமக்கு எனர்ஜி தந்து ஊக்கப்படுத்தி நம் செயல்திறனைக் கூட்டும். தடகள, விளையாட்டு வீரர்கள், கலைஞர்கள், சாதனை புரிபவர்களிடம் இவ்வகை நல்ல மன அழுத்தத்தைக் காண முடியும். ஆனால் நம் பாழாய்ப் போன கண்ணுக்கு மன அழுத்தத்தின் அரக்க குணம்தான் தெரிகிறது.

'மன அழுத்தம் ஓரளவு நம்மில் அதிகரிக்கும்வரை நம் திறன் கூடுகிறது. அந்த அளவைக் கடந்த பின் நம் திறன் சரியத் துவங்குகிறது' என்றார்கள் ஹாவர்ட் பல்கலைக்கழக ஆராய்ச்சி யாளர்கள் 'ராபர்ட் ஏர்க்ஸ்' மற்றும் 'ஜான் டாட்ஸன்'. இதை 1908லேயே ஆய்வுகள் மூலம் நிரூபித்தனர். இது 'ஏர்க்ஸ்-டாட்ஸன் விதி' (Yerkes-Dodson Law) என்றழைக்கப்படுகிறது. ஒரு அளவுக்குப் பின் மன அழுத்தம் நம் சிஸ்டத்தின் மீது சுமையாகி, நம் செயல்திறனைக் குறைத்துக் கடைசியில் நம் ஆரோக்கி யத்தையே பாதிக்கிறது என்றனர்.

வாழ்க்கையில் மட்டுமில்லாமல் வியாபாரத்திலும் இதன் எதிர்மறை தாக்கம் ஏகத்துக்கும் உண்டு. மன அழுத்தத்தால் குறைவான செயல்திறன், பணிக்கு வராமல் டிமிக்கி கொடுப்பது, ஆரோக்கிய இழப்பு போன்றவை அதிகரித்து அமெரிக்க கம்பெனிகள் ஆண்டுதோறும் 300 பில்லியன் டாலர்கள் இழப்பதாகக் கேள்வி.

நாயகன் படத்தில் வரும் இளையராஜாவின் பேக்ரவுண்ட் ம்யூசிக்கை இசைத்தவாறே 'நீங்க நல்லவரா கெட்டவரா' என்று மன அழுத்தப் பிசாசைக் கேட்டால் அது 'தெரியலயேப்பா' என்றுதான் பதில் கூறும்!

அதைத் தெரிந்துகொள்ள அதன் தாக்கத்தைப் புரிந்துகொள்ள முப்பத்தி ஐந்து வருடங்களாக முயன்று வருகிறார் மன அழுத்தம் மற்றும் ந்யூரோசையன்ஸ் துறை நிபுணர் 'ஹெர்பர்ட் பென்சன்'. அமெரிக்காவில் மாசச்சூஸட்ஸ் நகரில் 'மைண்ட்/பாடி மெடிக்கல் இன்ஸ்டியூட்' என்ற ஆராய்ச்சி நிறுவனம் துவங்கி மன

அழுத்தத்தால் விளையும் உடல் மாற்றங்களைக் கணக்கிடும் எண்ணற்ற ஜனத்தொகை ஆய்வுகள், உடலியல் அளவீடுகள், ப்ரெய்ன் இமேஜிங், மாலிக்யூலர் பயாலஜி, பயோகெமிஸ்ட்ரி ஆய்வுகளிலிருந்து டேட்டா சேகரித்து ஆராய்ந்து வருகிறார்.

நரம்பியல் ரீதியாக நம் உடம்பில் என்ன நடக்கிறது என்பதை முதலில் பார்ப்போம். பணியில் மன அழுத்தம் தூண்டப்படும் போது அதன் எதிர்மறைத் தாக்கத்தை ஓரளவு வரை சமாளிக்க முடியும். அது அதிகரிக்கும் போது, நீண்ட நேரம் அதன் தாக்கம் இருக்கும்போது நம் உடலில் எபிநெஃப்ரின் (Epinephrine), நோரெபிநெஃப்ரின் (Norepinephrine), கார்டிசால் (Cortisol) போன்ற ரசாயனங்கள் அதிகம் சுரக்கின்றன. இவை நம் ரத்தக் கொதிப்பை அதிகரித்து, இதயத் துடிப்பைக் கூட்டி மூளைச் செயலைப் பாதிக்கத் துவங்குகிறது.

மன அழுத்தம் அதிகரிக்கத் துவங்கும்போது செய்யும் பணியைச் சற்று மறந்து அதைவிட்டு விலகிச் செல்லும்போது நம் மூளைக்கு சுதாரித்துக்கொள்ள நேரம் கிடைக்கிறது. அதனால் அழுத்தத்தின் எதிர்மறை தாக்கம் குறைகிறது. நம்மால் பிரச்னைக்குத் தீர்வு காண முடிகிறது என்கிறார் பென்சன்.

'ஏர்க்ஸ்-டாட்ஸன் விதி'ப்படி மன அழுத்தம் உச்சத்தில் இருக்கும் போது செய்யும் பணியை மறந்து மனதுக்குப் புத்துணர்ச்சியூட்டும் செயல்களைச் செய்து ரிலாக்ஸ் செய்யும்போது கெட்ட ரசாயனங் களின் எதிர்மறைத் தாக்கம் குறைகிறது. மூலக்கூறு ஆய்வுகள் (Molecular studies) படி மனம் அமைதியாய் இருக்கையில் உடலில் நைட்ரிக் ஆக்ஸைட்டை அதிகரிக்கிறது. இது நரம்பியல் கடத்திகளான (neurotransmitters) எண்டார்ஃபின்ஸ் (Endorphins) மற்றும் டோபோமைன் (Dopomine) என்னும் நல்ல ரசாயனங்களை அதிகம் சுரக்கச் செய்கிறது. நாம் சந்தோஷமாக இருக்கும் உணர்வைக் கூட்டும் ரசாயனங்கள் இவை. மூளை சாந்தமடையும் போது கவனம் மற்றும் முடிவாற்றல் செய்யும் பகுதிகளின் செயலாக்கம் அதிகரிக்கிறது. இதை calm commotion என்கிறார்கள். இத்தருணங்களில் நம் படைப்பு நுண்ணறிவு (Creative insights) அதிகரிக்க பிரச்னைக்கான தீர்வு மனதில் சுயம்புவாக எழுகிறது!

செயல்பாட்டின் உச்சத்துக்கு மூளையைத் தயார் செய்து டக்கென்று அதை ரிலாக்ஸ்ட் நிலைக்குத் தள்ளும்போது நம் நரம்பியல் செயல்திறனை ஸ்டிமுலேட் செய்யலாம் என்கிறார் பென்சன். இதைத் திறமையாகச் செய்பவர்கள் அதிக நேரம் அதிகத் திறனுடன் பணி செய்து சாதிக்க முடியுமாம். இதை விளக்கும்

செயல்முறையை The Breakout Principle என்ற புத்தகமாகவும் எழுதினார் பென்சன்.

தன் புத்தகத்தில் அவர் விளக்கும் ப்ரேக் அவுட் சீக்வென்ஸின் நான்கு படிகளையும் சுருக்கமாகப் பார்ப்போம்.

சிக்கலான பிரச்னை தீர்க்கமுடியாமல் அவதிப்படுவது முதல் படி. பிரச்னையைத் தீர்க்க அதை அறிந்து ஆராயும்போது மன அழுத்தம் அதிகரிப்பதை உணர்வீர்கள். 'எர்க்ஸ்-டாட்ஸன் விதி'ப்படி உச்ச நிலையை அடையும்போது படாரென்று பிரச்னையைத் தீர்க்கும் பணியிலிருந்து எஸ்கேப் ஆகுங்கள்.

உச்சத்தை எட்டிவிட்டோம் என்று எப்படித் தெரிந்துகொள்வது? பிரச்னையைத் தீர்க்கும் வழி தெரியாமல் விழித்து, பரபரப்பு, பயம், கோபம் போன்ற உணர்ச்சிகள் பொங்க பிரச்னையைத் தீர்க்க முடியாமல் குடல் இரண்டையும் இழுத்துக் கட்டி, தொண்டையில் ஒரு குண்டு அமர்ந்து அதை விழுங்கவும் முடியாமல் துப்பித் தொலைக்கவும் முடியாமல் தவித்து, உள்ளங்கை வியர்த்து, பின் கழுத்தை யாரோ பிடித்து அழுக்குவதுபோல் தோன்றும் பாருங்கள், அதுவே மன அழுத்த நிலையின் உச்சக் கட்டம். அதுவே பிரச்னையிலிருந்து கொஞ்ச நேரத்துக்கு எஸ்கேப் ஆகச் சரியான நேரம். அந்த நேரம் முதல் காரியமாய் ஸ்பாட்டிலிருந்து அலேக்காய் அபீட் ஆகுங்கள்.

மன அழுத்தத்திலிருந்து டைம் அவுட் எடுத்து பிரச்னையின் தாக்கத்திலிருந்து மனத்தை விடுவிப்பது இரண்டாவது படி. பிரச்னைக்கு சம்பந்தம் இல்லாத ரிலாக்சேஷன் தரும் செயல் ஒன்றைச் செய்யுங்கள். அருகில் க்ரவுண்ட் இருந்தால் ஜாகிங் செல்லுங்கள். பக்கத்தில் இல்லையென்றாலும் பரவாயில்லை, க்ரவுண்டைத் தேடிச் சென்று ஜாகிங் செய்யுங்கள். நாய் வளர்த்தால் அதோடு சேர்ந்து வாக்கிங் செல்லுங்கள். இசைஞானி இளைய ராஜாவின் இசை கேளுங்கள். காமெடி சேனல் பார்த்துச் சிரியுங்கள். சதீஷ் கிருஷ்ணமூர்த்தியின் புத்தகங்களை வாங்கிப் படியுங்கள். எதையும் செய்ய முடியவில்லை என்றால் கதவை மூடி, ஜன்னல்களைச் சாத்தி இழுத்துப் போர்த்திக் கொண்டு தூங்குங்கள்.

என்ன செய்கிறீர்களோ இல்லையோ மன அழுத்தத்திலிருந்து சட்டென்று விடுதலை பெற முயலுங்கள். மூளை, மனம் சப்தநாடியும் சாந்தம் பெறும். உடல் நைட்ரிக் ஆக்ஸைடை ரிலீஸ் செய்யும். மனம் ரிலாக்ஸ் ஆகும். பெட்ட்ரோக ஃபீல் செய்வீர்கள்.

இப்போது மனத்தில் நுண்ணறிவு உதிக்கும். மூளையில் பல்ப் எரியும். பார்வையில் தெளிவு பிறக்கும். பிரச்னைக்குத் தீர்வு தானாகத் தெரியும். இது மூன்றாவது படி. மன அமைதியும் ரிலாக்ஸ்ட் மூடும் உங்கள் செயல்திறனைக் கூட்டும். உங்களை அதிக லெவல் செயல்பட வைக்கும்.

இனி உங்கள் மனத்தின் புதிய நிலையே நான்காவது படி. கூடுதல் தன்னம்பிக்கையுடன் பணிபுரிவீர்கள். இந்த நிலையே இப்போது உங்கள் நார்மல் நிலையாக மாறும்.

பிரச்னையைத் தீர்க்க நேரமிருந்தால் இதையெல்லாம் செய்கிறேன். ஆனால் பல சமயங்களில் அவசர மீட்டிங்கில் அமர்ந்து துரித நேரத்தில் பிரச்னையை வேகமாகத் தீர்க்கும் அவசரத்தில் இருக்கவேண்டியிருக்கிறது. அது போன்ற சமயங்களில் எங்கிருந்து ஜாகிங் போவது, இசை கேட்பது என்று தானே கேட்கிறீர்கள். அவசர சடுதியில் பிரச்னைக்கு தீர்வு தேடும்போது தோன்றும் மன அழுத்தத்தை என்ன செய்து தொலைப்பது என்று தானே கேட்கிறீர்கள். ரிலாக்ஸ், அதற்கும் வழி கூறுகிறார் பென்சன்.

முதல் காரியமாகக் கண்களை மூடுங்கள். மனதை ரிலாக்ஸ் செய்யுங்கள். ப்ரேக் அவுட் படியின் இரண்டாவது படிக்குச் செல்லவேண்டும் என்பதை நினைவில் வையுங்கள்.

கால் பாதத்திலிருந்து மெள்ள ரிலாக்ஸ் ஆகுங்கள். கால், இடுப்பு, கழுத்து தலை என்று பாதாதிகேசமும் ரிலாக்ஸ் ஆக முயலுங்கள். மெதுவாக மூச்சு விடுங்கள். மூச்சை இழுத்து விடும்போது பிடித்த பாடலை மனதில் பாடுங்கள். உறக்கப் பாடினால் பக்கத்தில் இருப்பவர்கள் அதைக் கேட்டு மன அழுத்தம் தோன்றாத வண்ணம் மனதுக்குள் பாடுங்கள்.

தெரிந்த ஸ்லோகம் எதையாவது சொன்னாலும் தப்பில்லை. மீட்டிங் ரூமில் ஜன்னல் இருந்தால் அதன் வழியாக மரம், செடி, பறவை, வானம், மேகம் என்று எதையாவது பாருங்கள். அதுவும் இல்லையென்றால் அட்லீஸ்ட் பக்கத்து மாடியில் துணி காயப் போடும் பெண்ணைப் பாருங்கள் (நீங்கள் பெண்ணாக இருந்தால் பக்கத்து மைதானத்தில் பேஸ்கெட் பால் விளையாடும் இளைஞனைப் பாருங்கள்). அழுத்தத்திலிருந்து மனதை விலக்குங்கள்.

கொஞ்சம் நேரமும், வசதியும் இருந்தால் குளியுங்கள். மீட்டிங் ரூமில் இல்லை... பாத்ரூமில்தான். இப்படிச் செய்யும்போது மனம்

அமைதியடைவதை உணர்வீர்கள். உணரவேண்டும். உணரும் வரை முயலுங்கள். பிறகு கண்களைத் திறந்து பாருங்கள். பிரச்னை கழட்டப்பட்டு பார்ட் பார்ட்டாகப் பிரிந்திருப்பதுபோல் தெரியும். தீர்க்கும் வழி ஜகத்ஜோதியாய் தெரியும்.

தன் மனதை வாட்டிய கேள்விக்கான விடையை ஆர்கிமிடஸ் குளிக்கும்போது கண்டுபிடித்து யூரேகா என்று கத்திக்கொண்டு கிரேக்க வீதிகளில் ஓட்டுத் துணியில்லாமல் ஓடியது எதனால் என்று இப்போது புரிகிறதா!

18

மனித வளம் பெருக
மனித தருணங்கள் முக்கியம்

ஈமெயில், வாய்ஸ் மெயில் என்று அதிநவீன தொழிற்நுட்பத்தின் கைங்கர்யத்தில் எல்லோருடனும் எந்நேரத்திலும் எந்த நிலையிலும் தொடர்பு கொள்ள முடிகிறது. வெயிலில் அலைந்து நேரில் சந்திப்பதற்குப் பதில் மெயிலில் தேடி எழுத்தில் சந்திப்பதில் ஒரு சௌகரியம் இருக்கவே செய்கிறது. நம்மை ஈ மொய்த்த காலம் போய் இன்று நாம் ஈமெயிலை மொய்க்கிறோம்! டெக்னாலஜிமெயிலோப்ய ப்ராப்தி ரஸ்து!

இதனால் வாழ்க்கையும் வியாபாரமும் எளிதாகியிருக்கிறது என்பது ஒருபுறம் இருந்தாலும் கால அழுத்தத்தில் பிசினஸ் அவசரத்தில் மற்றவர்கள் நமக்கு ரத்தமும் சதையும் கொண்ட மனிதர்களாகத் தெரியாமல் வெறும் ஈமெயில் முகவரிகளாகத்தான் தெரிகிறார்கள் என்பதைக் கவனித்தீர்களா?

மற்றவரை விடுங்கள், நாமே கூட உறவுகள் உதறப்பட்ட துறவிகள் போல் ID அகதிகளாக அலைகிறோம் என்பதை உணர்கிறீர்களா?

என்னடா இவன் திடீரென்று தத்துவ பிரசங்கம் செய்கிறான் என்று பயப்படாதீர்கள். வியாபாரத்தைப் பாதிக்கும் வாழ்க்கை பாடம் பற்றிக் கொஞ்சம் பேசலாம் என்றிருக்கிறேன்.

தகவல் தொழில்நுட்பத்தின் பரிணாம வளர்ச்சியில் கம்பெனிகளில் பணியாளர்களின் சந்திப்புகள் வெகுவாகக் குறைந்து, உறவுகள் சுருங்கி மனஸ்தாபங்கள் பெருகித் தொழிற் திறன் குறைந்து மனக் குறைகள் பெருகி வரும் அவலத்தைப்பற்றிக் கொஞ்சம் பேசுவோம்.

ஒரு துறை பணியாளருக்கு இன்னொரு துறையிலிருந்து இந்தத் தேதிக்குள் இந்தப் பணியை முடிக்கவேண்டும் என்று ஈமெயில் வருகிறது என்று வைத்துக்கொள்வோம். அந்த மெயில் அவருக்கு மட்டுமா வருகிறது. இரண்டு துறை மேனேஜர்களுக்கும், அவர்களுக்கு மேல் உள்ளவர்களுக்கும் அதுவும் பத்தாதென்று கம்பெனி சேர்மன் வரை அந்த மெயில் cc செய்யப்படுகிறது.

இது போன்ற மெயிலைப் பெறுபவர், தான் மிரட்டப்படுவது போல் உணர மாட்டாரா? இதற்கு பதில் பேசாமல் 'டேய் வேலையை மரியாதையாய் முடிச்சுக் கொடு. இங்கன இத்தனை பேர் சாட்சி. ஒழுங்கா முடிக்கலன்னா மவனே முட்டிக்கு முட்டி தட்டிடுவேன்' என்று மிரட்டியிருக்கலாம்!

அதற்காக 'மகராசா, இந்த வேலையைத் தயவு செஞ்சு முடிச்சு கொடுங்க தர்மபிரபு. உங்களுக்குப் புண்ணியமா போகும்' என்று கெஞ்சவும் சொல்லவில்லை.

நாளொரு ஈமெயிலும் பொழுதொரு வாய்ஸ் மெயிலுமாக அனைத்தையும் மெயிலிலேயே பரிமாறும்போது அலுப்பு வந்து சலிப்பு தட்டி, தான் மிரட்டப்படுகிறோம் என்று நினைத்து உதாசீனப்படுத்தப்படுகிறோம் என்று பயந்து பணியாளர்கள் மனதில் பதற்றமும் வெறுப்பும் அதிகரிக்கின்றன என்கிறார் 'எட்வர்ட் ஹாலோவெல்' என்கிற அமெரிக்க மனநல மருத்துவர்.

நேரில் சந்திப்பதைப் பலர் போரில் சந்திப்பதுபோல் பாவித்துப் பக்கத்து சீட்டில் பணிபுரிபவரைக் கூட முகம் பார்த்துப் பேசாமல் மெயிலில் தொடர்பு கொள்கின்றனர். இதனாலேயே கம்பெனிகளில் பிரச்னைகள் துவங்குகின்றன என்கிறார்.

வாய் கூறும் வார்த்தைகளையே ஈமெயிலில் எழுதினாலும் அதில் குரலில் உள்ள உணர்வும், கூறுபவர் உடம்பின் அசைவுகள் தரும் அர்த்தமும் இருப்பதில்லை. இருக்கவும் முடியாது. அதனாலேயே மெயிலை எழுதியவர் நினைக்காத தப்பான அர்த்தம் கற்பிக்கப்படும் அபாயம் அதிகரிக்கிறது.

சமயங்களில் அவசரத்தில் தவறான நபருக்கு வாய்ஸ் மெயில் அனுப்பப்படுகின்றன. தனக்கு ஒரு குறிப்பிட்ட மெயில் cc

அனுப்பப்படவில்லை என்று சிலருக்குக் கோபம்கூட வருகிறது. என்னவோ குடும்ப விசேஷத்துக்கு மற்ற உறவினர்களுக்கெல்லாம் அழைப்பு வந்து தனக்கு மட்டும் வரவில்லை என்பதுபோல் முகத்தைத் தொங்கப் போட்டுக்கொண்டு முனகுகிறார்கள்!

இவ்வகை மனஸ்தாபங்கள் சிறியதாய்ப் பிறந்து எரிச்சலாய் வளர்ந்து பிரச்னையாய் பெரியதாகி அடிதடி களேபரத்தில் சென்று முடிகிறது. இதுவும் பத்தாதென்று ஆபீஸில் எங்கோ ஏதோ ஒருவரிடம் ஆரம்பிக்கும் விவகாரம், விவகாரமாய் மாறி, வியாதியாய்த் தொற்றி கம்பெனி முழுவதும் பரவுகிறது. அமைதியாய் அடக்கமாய் இருக்கும் ஆபீஸ்கள் கூட அடக்கம் செய்யப்படும் அளவுக்கு அதீத வேகத்தில் அதல பாதாளத்தை அடைகிறது.

இன்றைய அவசர உலகுக்கு அவசியம் தேவை 'மனிதத் தருணங்கள்' (Human Moments) என்கிறார் ஹாலோவெல். உண்மையான உளவியல் சந்திப்பு என்பது இரண்டு மனிதர்கள் ஒரே இடத்தில் நேர்க்கு நேர் சந்திக்கும்போது மட்டுமே நிகழக்கூடியது என்கிறார்.

வாழ்க்கையிலும் வியாபாரத்திலும் அரிதாகி வரும் மனிதத் தருணங்களால் நிகழப்போகும் அழிவின் அறிகுறிகளைச் சீக்கிரமே சந்திக்கப்போகிறோம். தன்னை வந்து சந்திக்கும் பேஷண்டுகளில் பெரும்பாலானவர்கள் மனிதத் தருணங்கள் இல்லாமல் வெறும் மெயில் ஐடிகளாக பார்க்கப்பட்டு அதனாலேயே அசாத்தியத்துக்கு அவதிப்படுபவர்கள் என்கிறார். தன் ஆராய்ச்சி மற்றும் அனுபவங்களை 'ஹாவர்ட் பிசினஸ் ரெவ்யூ'வில் "The Human Moment At Work' என்ற அருமையான கட்டுரையாகவும் எழுதியிருக்கிறார்.

நேரில் சந்தித்து முகம் பார்த்து உரையாடும்போது மட்டுமே நாம் நாமாக இருக்கிறோம். யோசித்துப் பாருங்கள், மற்றவருடன் மனம் விட்டுப் பேசும்போது நாம் அவர்கள் நம்மையும் அறியாமல் அவர்கள் முக எக்ஸ்ப்ரெஷன்களை பார்க்கிறோம். அவர்கள் பேசும் டோனாலடி (Tonality) கேட்கிறோம். அவர்கள் பாடி லாங்குவேஜைக் கவனிக்கிறோம். இதன் மொத்தக் கலவையை அவர்கள் பேசும் வார்த்தைகளோடு சேர்த்து அர்த்தம் காண்கிறோம். அதனாலேயே அவர்களின் உள்ள உணர்வுகளை உள்ளபடியே உணர்ந்துகொள்கிறோம்.

இத்தனையும் மெயிலில் செய்ய முடியுமா? கலர் ஸ்க்ரீனாக இருந்தாலும் ப்ரிண்ட் செய்யப்பட்ட வார்த்தைகளே ஆனாலும் அவை உயிரும் உணர்வும் உணர்ச்சிகளும் இல்லாத வெறும் ஐடங்கள் தானே!

மனிதத் தருணங்களின் முக்கியத்துவத்தை விஞ்ஞானம் கொண்டு விளக்குகிறார் ஹாலோவெல். நம்பிக்கை, பிணைப்பு போன்ற உணர்ச்சிகளை நமக்குள் அதிகரிக்கும் ஹார்மோன்களான ஆக்ஸிடோசின் (Oxytocin) (மற்றும் வேஸோப்ரெஸ்ஸின் (Vasopressin) போன்றவற்றை நாம் இயற்கையிலேயே உடலில் பெற்றிருக் கிறோம். தாய்மைப் பருவத்தில் பெண்களுக்கு இது அதிகம் சுரந்தாலும் நம் அனைவரிடமும் இது உண்டு. பரிவு, பச்சாதாப உணர்வுகள் நமக்குள் அதிகரிக்கும்போது இந்த ஹார்மோன்கள் தானாகவே அதிகம் சுரக்கின்றன. மற்றவர்களோடு சேர்ந்து அமர்ந்து பேசும்போதும் இவை நமக்குள் அதிகம் சுரக்கின்றன.

மற்றவரோடு சேராமல், அவர்களைப் பாராமல் தள்ளி இருக்கும் போது இவ்வகை ஹார்மோன்கள் நமக்குள் குறைவாகச் சுரக்கின்றன. இதனால் நம் மனதில் பரிவு, பச்சாதாப உணர்வுகள் நம்மையறியாமலேயே குறைந்துவிடுகின்றன. மற்றவரோடு நேரில் பேசுவதைவிட மெயிலில் கடுமையாகப் பேசத் தோன்றுவது ஏன் என்று இப்போது புரிகிறதா?

மனிதர்களை நேரில் சந்திக்கும்போது நமக்குள் இரண்டு முக்கிய நரம்பியல் கடத்திகளான (Neurotransmitters) டோபோமைன் (Dopamine) மற்றும் செரோடோனின் (Serotonin) அதிகம் சுரக்கின்றன என்கிறார் எட்வர்ட். டோபோமைன் நம் கவனத்தையும் சந்தோஷத்தையும் அதிகரிக்கும் சக்தி கொண்டது. செரடோனின் நம் பயத்தைக் கவலையைக் குறைக்கும் வல்லமை கொண்டது. மனிதர்களையும் அவர்கள் மனதையும் நேரில் சந்திக்காமல் வெறும் மெயிலில் மட்டுமே சந்திக்கும்போது இவை எங்கிருந்து சுரக்கும்?

சாதாரண ஐந்து நிமிட சம்பாஷணைகூட அர்த்தமுள்ள அழகான மனிதத் தருணம்தான். மனிதத் தருணங்களுக்கு அவசியம் இரண்டு விஷயங்கள். நேருக்கு நேர் சந்திப்பும் உணர்ச்சியும் அறிவார்ந்த கவனமும்.

சக பணியாளர் உங்களிடம் பேச வரும்போது கம்ப்யூட்டரைக் கட்டிக்கொண்டு அழாமல் அவர் முகம் பார்த்துப் பேசுங்கள். அவர் சொல்வதைக் காது கொடுத்துக் கேளுங்கள். அப்போதுதான் உங்களைச் சந்தித்துச் சென்ற பின்னும் அவரோடு நீங்கள் அனுபவித்த மனிதத் தருணத்தின் பாசிடிவ் எஃபெக்ட் தொடர்வதை மனப்பூர்வமாக உணர்வீர்கள். சந்தித்த பிறகு பணியாளர்கள் புதிய

உத்வேகத்துடன், புதுமையான சிந்தனைகளோடு அவர்களுடைய மெண்டல் ஏக்டிவிடிகள் தூண்டப்படுவதைக் கண்கூடாகப் பார்ப்பீர்கள்.

நம் அவசரகதி வாழ்க்கையின் மீது விதிக்கப்படும் பாழாய்போன வரியாக மனிதத் தருணங்களைப் பாவியுங்கள். மனிதத் தருணங்கள் இல்லாதபோது அங்கு கவலை தருணங்கள் தலை தூக்குகின்றன என்பதை உணருங்கள்.

ஒரு பெரிய கம்யூட்டர் கம்பெனியின் சீயிஓ, தன் டீமில் உள்ள முக்கியமானவர்கள் அனைவரும் ஒவ்வொரு வியாழக்கிழமை மதியமும் சேர்ந்து சாப்பிட்டே ஆகவேண்டும் என்று விதியே வகுத்திருக்கிறார். நேரில் பார்த்துப் பேசுவது மட்டும் பத்தாது சேர்ந்து அமர்ந்து சாப்பிடவேண்டும் என்று சட்டமே வைத்திருக்கிறார். என்னதான் தன் கம்பெனி அதிநவீன கம்பெனியாக இருந்தாலும் High tech requires high touch அதாவது அதிநவீன தொழிற்நுட்பமே என்றாலும் மனித உறவுகள் முக்கியம் என்கிறார்!

இத்தனை சொல்வதால் ஈமெயில் மீது பூச்சிக்கொல்லி மருந்தடித்துக் கொல்லுங்கள் என்று சொல்லவில்லை. தொழிற்நுட்பம் அழகான விஷயம்தான். ஆச்சரியமான உலகை நமக்கு அளித்திருக்கிறது என்பதும் உண்மைதான். தொழிற்நுட்பத்தை ஒதுக்கித் தள்ளுங்கள் என்று சொல்லவில்லை. எதற்கெடுத்தாலும் பெட்டியைக் கட்டிக்கொண்டு பஸ் டிக்கெட் எடுத்து நேரில் சென்று பேசும் பழமைக்குப் போய்ச்சேருங்கள் என்று கூறவில்லை. கொஞ்சத்துக்கும் கொஞ்சம் மனித முகம் பாருங்கள். தாராளமாக முன்னேறுங்கள். கொஞ்சம் அனைவரோடும் சேர்ந்து சென்று அதைச் செய்யுங்கள்.

வேகமான வாழ்க்கைக்கு இடையில், விரைவான பணிகளுக்கு மத்தியில் மனிதத் தருணங்களை மறக்கவேண்டாம். மற்ற துறை பணியாளருக்கு மெயில் அனுப்புவதைவிட, முடியும்போது நேரில் சென்று கைகுலுக்கிப் பேசுங்கள். 'தலை, இந்த வேலையக் கொஞ்சம் சீக்கிரம் முடிச்சுக் கொடுத்தா தேவலை' என்று அவர் தோள் தட்டி வேலை வாங்குவதை மெயிலில் செய்யமுடியுமா? அல்லது ஆத்மார்த்தமான அவர் உதவியைத்தான் பெறமுடியுமா?

சாதாரணமான சந்திப்பைக் கூட 'மனிதத் தருணம்' என்று பெயர் வைத்து அழைக்கும் அவல நிலை அடைந்திருக்கிறோம் என்பதை விட்டுவிடுங்கள். தெரிந்தோ தெரியாமலோ இவ்வளவு தூரம்

வந்துவிட்டோம், இனி மனிதம் வளர்க்கிறோமோ இல்லையோ, அட்லீஸ்ட் மனிதத் தருணம் வளர்ப்போம்.

சிந்தித்துப் பாருங்கள். மனிதத் தருணம்பற்றி எழுத்துகளில் நாம் இருவரும் இங்கு சந்தித்ததற்குபதில் சேர்ந்து அமர்ந்து சூடாய் ஒரு காபி குடித்துக்கொண்டே இதைப்பற்றிப் பேசியிருந்தால் இன்னமும் நன்றாக இருந்திருக்குமல்லவா? அதுதான் மனிதத் தருணத்தின் மகத்துவம்!

19

முடிவெடுக்க முதன்மையான வழி
ரேபிட் வழிமுறை

நல்ல முடிவுகள் எடுப்பதை அனுபவங்களிலிருந்து கற்கிறோம், அனுபவங்களைத் தவறான முடிவுகள் எடுப்பதால் பெறுகிறோம் என்பார்கள். தவறுகளிலிருந்து பாடம் பயில்கிறோம் என்பதற்காகவே சிலர் தப்பான முடிவுகள் எடுக்கிறார்களேளா என்ற சந்தேகம் எனக்குண்டு.

வாழ்க்கையில் மட்டுமல்ல, வியாபாரத்திலும் முடிவெடுப்பதன் முக்கியத்துவம் நாம் அறிந்ததே. பெறும் வெற்றிகள் முதல் செய்யும் தவறுகள் வரை, நழுவ விடும் வாய்ப்புகள் முதல் பிறர் நம்மைக் கழுவி ஊற்றுவது வரை அனைத்துக்கும் காரணம் நாம் எடுக்கும் அல்லது எடுக்கத் தவறும் முடிவுகள்.

முடிவெடுக்காமல் திணறும்போது அந்தத் திணறலே நாம் முடிவெடுப்பதைத் தள்ளிப்போட வைக்கிறது. எந்த முடிவெடுப்பது, எப்படி முடிவெடுப்பது என்று புரியாமல் மனம் தவித்து நம்மை முடிவெடுக்க முடியாமல் தடுக்கிறது. ஒன்றும் வேண்டாம், எந்தப் படம் போய்ப் பார்ப்பது என்று சிலர் முடிவெடுக்க முடியாமல் தவிக்கும் நேரத்தில் அந்தப் படத்தையே பார்த்து முடித்து விடலாம், அப்படி ஒரு திணறல் இருக்கும்.

எந்த பிசினஸில் இருந்தாலும், என்ன தொழில் செய்தாலும், எத்தனை பிரபலமாகத் திகழ்ந்தாலும், எவ்வளவு உத்தியமைத் தாலும் சரியான முடிவை விரைவாக எடுக்காமல் இழுத்தடித்தால் போட்டி நெருக்கித் தள்ளும் உலகமயமான மார்க்கெட் யுகத்தில் செய்யும் தொழில் சப்ஜாடாய் விழும், சத்தம் போட்டு அழும்!

பல கம்பெனிகளில் முடிவெடுக்கும் செயல்முறை நான்கு இடங்களில் சிக்கல்களைச் சந்தித்துச் செயல்பட முடியாமல் சிக்கிச் சின்னாபின்னமாகிறது என்கிறார்கள் 'பெயின் அண்டு கோ' என்ற உலகளாவிய நிர்வாக ஆலோசனை நிறுவனத்தைச் சேர்ந்த 'பால் ராஜர்ஸ்' மற்றும் 'மார்சியா ஃப்ளென்கோ'. தங்கள் அனுபவங்களை, ஆய்வுகளை, தீர்வுகளை 'ஹாவர்ட் பிசினஸ் ரெவ்யூ'வில் "Who has the D' என்று கட்டுரையாக எழுதினார்கள். "D' என்று அவர்கள் குறிப்பிடுவது "Decide' அதாவது முடிவெடுக்கும் அதிகாரம் உள்ளவரை.

முடிவெடுப்பதில் முக்கல்கள் பலவிதம். பரந்து விரிந்திருக்கும் கம்பெனிகளில் முக்கிய முடிவுகளைத் தலைமையகம் எடுப்பதா... அதன் கிளைகள் தங்கள் ஏரியாவின் விசேஷத் தன்மைக்கேற்ப முடிவெடுப்பதா என்பதில் இழுபறி.

பல தொழில்களை உள்ளடக்கிய கம்பெனிகளில் தலைமையகம் முடிவெடுக்க வேண்டுமா... ஒவ்வொரு தொழிலும் தங்கள் பிரத்யேக நிலைக்கேற்ப முடிவெடுப்பதா என்பதில் லடாய்.

சாதாரண கம்பெனிகளில்கூடக் குறிப்பிட்ட விஷயங்களில் எந்தத் துறை இறுதி முடிவெடுக்க வேண்டும் என்பதில் குழப்பம்.

அவுட்சோர்சிங், ஜாயிண்ட் வென்சர் சமாசாரங்களில் ஈடுபட்டிருக்கும் கம்பெனிகள் தாங்களே முடிவெடுப்பதா... அவர்களை எடுத்துக் கொள்ள அனுமதிப்பதா என்பதில் சண்டை.

இப்படி முடிவெடுப்பதில் சைஸ் வாரியாகப் பிரச்னைகள். பெயர்தான் 'முடிவு'. ஆனால் அதை எடுக்க ஆரம்பிக்க எத்தனை அக்கப்போர் பாருங்கள்!

முடிவெடுப்பதில் உள்ள சிக்கல்களைத் தடுப்பதில் முக்கியமானது அதை எடுப்பவர்களில் யாராருக்கு என்ன பங்கு, எடுக்கப்படும் முடிவுகளுக்கு யார் பொறுப்பு என்பதை அனைவருக்கும் தெளிவாக்குவது என்கிறார்கள் ராஜர்ஸ் மற்றும் ஃப்ளென்கோ. அதோடு கம்பெனி செயல்திறனைப் பாதிக்கும் முக்கிய முடிவுகள் எவை என்பதைத் தெளிவாகத் தெரிந்துகொள்ளவேண்டும் என்கிறார்கள்.

முடிவெடுக்கச் சரியான பாதையை யார் பரிந்துரைப்பது, யார் அதை ஒத்துக்கொள்வது, முடிவெடுக்கத் தேவையான டேட்டா, உள்ளீடுகளை (Inputs) யார் அளிப்பது, அனைத்தையும் அலசி முடிவெடுக்கும் அதிகாரம் யாருடையது, இறுதியில் எடுத்த முடிவைச் சிரமேற்கொண்டு செய்து முடிக்கும் பொறுப்பு யாருடையது என்ற நான்கு விஷயங்களையும் தெளிவாக வரையறுக்கவேண்டும் என்கிறார்கள்.

சிறந்த கம்பெனிகள் தாங்கள் முடிவெடுக்கும் செயல்முறையை ஒரு வழக்கமாகவே மாற்றி அமைப்பதால் கம்பெனியின் துறைகளுக்கிடையே ஒருங்கிணைப்பும் முடிவைச் சரியாகச் செயல்படுத்தவும் முடிகிறது. முடிவெடுக்கும் வித்தையை முழுமையாகப் புரிந்துகொள்ள அதைச் செழுமையாகச் செய்து முடிக்க ராஜர்ஸ்ஓம் ஃப்ளென்கோவும் பரிந்துரைக்கும் செயல் முறைதான் ரேபிட் (RAPID).

ரேபிட் என்பது ஐந்து ஆங்கிலச் சொற்களின் முதல் எழுத்துகளின் தொகுப்பு. பரிந்துரைப்பது (Recommend), ஒத்துக்கொள்வது (Agree), செயல்படுத்துவது (Perform), உள்ளீடு வழங்குவது (Input), முடிவெடுப்பது (Decide). இம்முறையை நூற்றுக்கணக்கான கம்பெனிகளுக்குக் கற்றுத் தந்து அவர்கள் தெளிவாக முடிவெடுக்க வைத்திருக்கிறார்கள் இந்த இரட்டையர்கள்.

முடிவெடுப்பதில் முக்கியமான பங்கு வகிப்பவர்களை, அவர்கள் செயல்பட வேண்டிய முறையை, அவர்களுக்குத் தேவையான தகுதிகளை விளக்குகிறது ரேபிட் முறை.

பரிந்துரைப்பது

முடிவெடுக்கத் தேவையான முதல் படி. இவர்கள் முடிவெடுக்கத் தேவையான செய்திகள், டேட்டா, உள்ளீடுகளைப் பெற்று அதைச் செயல் திட்டமாக்கும் பொறுப்புள்ளவர்கள். திட்டம் தீட்ட இவர்கள் டேட்டா மற்றும் உள்ளீட்டைத் தருபவர்களிடம் கலந்து ஆலோசித்து முடிவெடுக்கும் செயல்முறையைச் சேர்ந்த அனைவரை யும் தங்கள் பரிந்துரைகளை ஏற்கவைக்கும் பொறுப்புள்ளவர்கள். இவர்கள் பொது அறிவும், பகுப்பாய்வு உணர்வும் கொண்டவர் களாக இருப்பது அவசியம். அதோடு நிர்வாக அறிவும் சமயோசித புத்தியும் நிர்வாக சமத்தானவர்களாக இருப்பதும் நலம்.

ஒத்துக்கொள்வது

இப்பங்கு வகிப்பவர்கள் முடிவெடுக்கப் பரிந்துரைக்கப்படும் திட்டத்தை ஒத்துக்கொள்ளும் அல்லது அதை ஒதுக்கித்தள்ளும்

அதிகாரம் உள்ளவர்கள். திட்டத்தை ஒத்துக்கொண்டால் ஓகே. விஷயம் அதோடு முடிந்தது. ஒதுக்கித்தள்ளும்போதுதான் இவர்களுக்கும் திட்டத்தைப் பரிந்துரைப்பவர்களுக்கும் பிரச்னை பிறக்கிறது.

பரிந்துரைக்கப்படும் திட்டம் நிராகரிக்கப்பட்டால் பரிந்துரைப்பவர் கள் புதிய திட்டம் ஒன்றைத் தயாரித்துத் தரவேண்டும். ஒருவேளை அதுவும் ஒத்துக்கொள்ளப்படாவிட்டால் முடிவெடுக்கும் பொறுப்பில் உள்ள "D'க்கு பிரச்னை எடுத்துச் செல்லப்பட வேண்டும். அவர் தலையிட்டுச் சரியான திட்டம் தீட்டப்பட்டு முடிவெடுக்கவேண்டியிருக்கும்.

முடிவெடுக்கும் செயல்முறை குழப்பம் இல்லாமல் இருக்கத் திட்டத்தை ஒத்துக்கொள்ளும் பங்கு என்னும் முக்கிய பொறுப்பு சகட்டுமேனிக்குப் பலருக்கும் தரப்படக்கூடாது. முடிவெடுக்க வேண்டிய விஷயத்தைப் பொறுத்து அதற்கு மிக முக்கியமான ஒரு சிலருக்கு மட்டுமே இப்பொறுப்பு அளிக்கப்படவேண்டும்.

உள்ளீடு வழங்குவது

முடிவெடுக்கத் தேவையான தகவல், டேட்டா, உள்ளீட்டை வழங்குபவர்கள் இவர்கள். எடுக்கப்படும் முடிவுகளைச் செயல் படுத்தும் பொறுப்பும் இவர்களுடையதாக இருக்கும் என்பதால் பரிந்துரைப்பவர்கள் இவர்கள் கூறுவதை, பகிரும் தகவல்களை, தரும் டேட்டாவை சிரத்தையுடன் சீர்தூக்கிப் பார்த்து ஆராய்ந்து திட்டத்தைத் தயாரிப்பது உசிதம்.

உள்ளீடு வழங்குபவர்கள் கூறும் கருத்துகளை, அறிவுரைகளைக் கேட்கலாமே ஒழிய அதை அப்படியே வேதவாக்காகப் பாவித்து அதன்படி மட்டுமே திட்டம் தயாரிக்கவேண்டும் என்பதில்லை. அதற்காக உள்ளீடு வழங்குபவர்கள் கூறுவதை, அதன் முக்கியத்தை, அளிக்கும் தகவலைக் குறைத்து மதிப்பிட வேண்டியதில்லை. அவர்கள் உள்ளீட்டுக்கு மரியாதையும் மதிப்பீடும் தருவது திட்டத்தின் வீரியத்தை அதிகரிக்கும்.

டேட்டாவில் தவறு இருந்தால் அதைக்கொண்டு தயாரிக்கப்படும் திட்டங்கள் தவறாகிப் போகும். திட்டத்தில் தவறு இருந்தால் எடுக்கும் முடிவும் தவறாகிவிடும். அதனால்தான் விஷயமறிந்தவர் கள், புள்ளியலில் புலியாக இருக்கும் புள்ளி ராஜாக்களுக்கு இப்பொறுப்பு அளிக்கப்படவேண்டும்.

உள்ளீடு அளிக்கும் பொறுப்பு ஒரு சிலருக்கு இல்லாமல் பலருக்கு இருப்பது பல நேரங்களில் பிரச்னையே. அந்தப் பலரில் ஒரு சிலராவது உருப்படியாக உள்ளீடு அளிக்காமல் சும்மா ஒப்புக்காக மட்டுமே இருப்பார்கள். அது போன்றவர்கள் களையெடுக்கப்பட வேண்டும்.

முடிவெடுப்பது

என்னதான் இத்தனை பேர் சேர்ந்து திட்டம் தயாரித்தாலும் இறுதியில் முடிவெடுக்கும் பொறுப்பு ஒருவருடையதாகத்தான் இருக்கவேண்டும். இவர்தான் D. திருவாளர் முடிவெடுப்பவர். முடிவெடுக்கும் செயல்முறையை முடிவுக்குக்கொண்டு வந்து அதைச் செயல்படுத்த கம்பெனி முழுவதையும் முடக்கிவிடுபவர் இவரே. பிசினஸ் தீர்வுக்கு வழி தெரிவது முதல் அதைச் சிறந்த முறையில் செயல்படுத்தும் மனத்திடமும் எடுத்த பணியை முடிக்கும் வைராக்கியமும் இவருக்கு அபரிமிதமாக இருக்கவேண்டும்.

D பொறுப்பு வகிப்பவர் யார் என்பது அனைவருக்கும் தெளிவாக்கப்படவேண்டும். தாங்கள்தான் முடிவெடுப்பவர் என்று பலர் நினைத்தால் யார் முடிவெடுப்பது என்பதில் போட்டா போட்டி ஏற்பட்டு ஆளாளுக்கு முடிவெடுப்பார்கள். பிறகு எடுக்கப்படும் முடிவு உருப்பட்ட மாதிரிதான்!

செயல்படுத்துவது

முடிவெடுக்கும் செயல்முறையின் இறுதிப் பொறுப்பு, இன்றியமையாத பொறுப்பு எடுத்த முடிவைச் செயல்படுத்துவது. இந்தப் பொறுப்பு வகிப்பவர்கள் எடுத்த முடிவுகள் சரியாகச் செயல்படுத்துவது முதல் சீரிய முறையில் அதை நடைமுறைப் படுத்துவதும் முக்கியம். மெதுவாக அல்லது தவறாகச் செயல் படுத்தப்படும் சிறப்பான முடிவைவிட விரைவாகச் செயல் படுத்தப்படும் சரியான முடிவுதான் பல நேரங்களில் வெற்றிக்கு வழி வகுக்கும் என்பதை நினைவில் கொள்வது நல்லது.

சிறந்த முடிவெடுக்கச் சரியான செயல்முறை இருப்பதோடு யாருக்கு எந்தப் பங்கு, என்ன பொறுப்பு என்பவை தெளிவாக்கப் படவேண்டும். ஆறாம் வகுப்பு மாணவனுக்குக்கூட அத்துப்படி யான அல்ப விஷயமாக இது தோன்றினாலும் பல கம்பெனிகளில் இது சரியாக அறுதியிடப்படாமல் இருப்பதாலேயே யாருக்கு என்ன பொறுப்பு என்று தெரியாமல் முடிவெடுக்கும் பிரச்னை

முடிவுக்கு வராமல் முடியைப் பிய்த்துக்கொள்ளும் நிலை அடைகிறது.

ரேபிட் முறை கம்பெனி நிர்வாகத்துக்கு முடிவெடுக்கத் தேவையானவர் யார், யாருக்கு என்ன பங்களிப்பு, செய்யும் பணிக்கு யார் பொறுப்பு என்று சரியாகப் பங்கிட்டுத் தரும் முறையைத் தெளிவாக்குவ தோடு தகுதியானவர்களுக்குப் பொறுப்புத் தரும் வழியையும் கற்றுத் தருகிறது.

ரேபிட் என்ற ஆங்கில வார்த்தைப்படிச் செயல்கள் செய்வதில்லையே என்று யோசிக்காதீர்கள். முடிவெடுக்கத் தேவையான ஐந்து பங்குதாரர்களை நீங்கள் எளிதில் ஞாபகம் வைத்துக்கொள்ள வார்த்தைகளின் முதல் எழுத்துகளைக் கொஞ்சம் மாற்றி அமைத்திருக்கிறார்கள், அவ்வளவே.

ரேபிட் முறை சர்வரோக நிவாரணி என்று கூற முடியாவிட்டாலும் முடிவெடுக்கத் தேவையான சிறந்த ஆரம்பம் என்று கொண்டால் அதுவே போதும்!

20

சுறுசுறுப்பான வெற்றிக்குத் தேவை சோம்பேறிச் சொத்துக்கள்

கையில் வெண்ணெய் வைத்துக்கொண்டு நெய்க்கு அலைபவர்கள் உண்டு. கண்ணாடியை நெற்றியில் மாட்டிக்கொண்டு மற்ற இடங்களில் தேடுபவர்கள் உண்டு. வாழ்க்கையில் மட்டுமல்ல, வியாபாரத்திலும் இப்படித் தேடும் பிரகிருதிகள் ஏராளம். வருவாய் திறன் இருந்தும் அதைப் பயன்படுத்தாமல் லாபத்தை வேறு இடங்களில் தேடுவார்கள். வருவாய்த் திறன் கொண்ட சொத்து தன்னிடம் பயன்படாமல் சும்மா கிடப்பதையே பலர் உணர்வதில்லை. வருவாய் ஈட்டித் தரும் வெண்ணெயைக் கையில் வைத்துக்கொண்டு லாப நெய்யை வெளியில் தேடுகிறார்கள்.

எந்தத் தொழிலாகட்டும் அதற்கு வருவாய் ஈட்டித் தரும் திறனுள்ள விஷயங்கள் மறைந்து புதைந்து கிடக்கும். பாசி படிந்து புதைந்திருக்கும் அதைத் தூசி தட்டி எடுத்துச் சுத்தம் செய்து திட்டம் போட்டுப் பயன்படுத்தும்போது அது லாபம் ஈட்டித்தரத் துவங்குகிறது. அப்படித் தூங்கிக்கொண்டிருக்கும் வருவாய் ஈட்டித் தரும் திறனுள்ள விஷயங்களைச் சோம்பேறி சொத்துக்கள் (Lazy assets) என்கிறார்கள்!

உதாரணத்துக்கு 'போஸ்ட் இட்' கதையைப் பார்ப்போம். 3M' கம்பெனியின் உலகமகா ஹிட் ப்ராண்ட். நீங்கள் பார்த்திருப்பீர்கள்.

"

பயன்படுத்தியிருப்பீர்கள். கலர் கலராக உள்ளங்கை அளவு பேப்பர். அதில் ஏதாவது எழுதி அந்த நேரத்துக்கு எங்கு வேண்டுமானாலும் ஒட்டி வைத்துத் தேவைப்படாதபோது பியத்து எறியும் சௌகரியம் கொண்டது. அகஸ்மாத்தாக அமைந்து அட்டகாசமாக அரங்கேறிய அதிசயம் இந்த அற்புதமான ப்ராண்ட்.

3M கம்பெனி விஞ்ஞானி ஒருவர் ஒரு பிசினைக் கண்டுபிடித்தார். ஒட்டிக்கொள்ளும்படி இருந்தாலும் அதன் விசேஷ தன்மையால் வேண்டாம் எனும்போது பியத்து எடுக்கும் தன்மையுடன். வித்தியாசமான பிசின்தான், ஆனால் எதற்கும் பயன்படாததும் கூட. ஒழுங்காய் ஒட்டாத ஒன்றை வைத்துக்கொண்டு என்னத்தைச் செய்வது என்று அந்தக் கண்டுபிடிப்பு கம்பெனியின் ஒரு மூலையில் தூக்கி எறியப்பட்டுச் சோம்பேறியாய்ப் பல காலம் கிடந்தது.

3M கம்பெனி ஊழியர் ஒருவர் சர்ச்சுக்கு வாரந்தோறும் சென்று ஸ்தோத்திரங்கள் பாடும் பழக்கம் உடையவர். சர்ச் டேபிளில் ஸ்தோத்திரப் பேப்பரை வைத்து அதைப் பார்த்துக்கொண்டே பாடுவார். ஆனால் ஒவ்வொரு முறையும் பாடும்போது அப்பேப்பர் கீழே விழுந்துகொண்டே இருந்தது. 'என்னடா இது ஸ்தோத்திரம் பாட உபத்திரவம்' என்று அவர் யோசிக்கும்போது அலுவலகக் கிடப்பில் போடப்பட்டிருந்த தற்காலிக பிசின் நினைவுக்கு வந்தது. அதை ஸ்தோத்திர பேப்பர் மீது தடவி டேபிளில் ஒட்டிப் பாடுவார். ப்ரேயர் முடிந்து சர்சிலிருந்து கிளம்பும்போது பேப்பரை மீண்டும் ஈசியாய் பியத்து எடுத்துக்கொண்டு வீடு திரும்புவார்.

இதைச் சில காலம் செய்து வந்தவர் இந்த ஐடியாவை கம்பெனிக்குக் கூற, ப்ரேயர் சொல்பவருக்கு சௌகரியப்படும் இந்த விஷயம் மக்களுக்கும் பயன்படலாமே என்று 3M இதை போஸ்ட் இட் என்ற பெயரிட்டு அறிமுகப்படுத்தியது. அதன் பிசின்தான் தற்காலிகமானது; ப்ராண்டோ உலக மக்கள் மனதில் நீங்காமல் பச்சக்கென்று ஒட்டிக்கொண்டது. விற்பனை பியத்துக் கொண்டு பறக்க போஸ்ட் இட் 3M-மின் மிகப் பெரிய வெற்றி ப்ராண்டுகளில் ஒன்றாக இன்றுவரை திகழ்கிறது!

உங்கள் தொழிலில் தோண்டித் துருவித் தேடிப் பாருங்கள். இது போல் பல போஸ்ட் இட் ஐடியாக்கள் எங்கேயாவது ஓரமாய் ஒளிந்துகொண்டிருக்கும். இதைச் சொல்வதால் அறிவியல் கண்டுபிடிப்புகள்தான் சோம்பேறி சொத்துக்களாக இருக்க வேண்டும் என்றில்லை.

உங்கள் ஆபீஸில் தூசி தட்டித் தேடுங்கள். பழைய விற்பனைக் குறிப்புகள், என்றைக்கோ செய்த ஆய்வு அறிக்கைகள், வாடிக்கையாளரைப் புரிந்துகொள்ள எந்தக் காலத்திலோ செய்த மார்க்கெட் ரிசர்ச் ரிப்போர்ட், ஏதோ ஒரு கம்பெனியோடு எப்போதோ செய்துகொண்ட ஒப்பந்தம், முழுவதுமாகப் பயன்படுத்தாமல் கிடக்கும் ஆபீஸ் அறைகள் என்று வருவாய் ஈட்டித் தரக்கூடிய ஏதோ ஒரு சொத்து சோம்பேறித்தனமாகச் சொரிந்துகொண்டு தூங்கிக் கொண்டிருக்கும். அதைத் தட்டி எழுப்பி, குளிப்பாட்டி ஆகவேண்டியதைச் செய்யுங்கள். சரியாகச் செய்தால் அதன் விற்பனை எகிறிப் பின்னங்கால் பிடரியில் பட உங்கள் தொழில் பறக்கும்.

பணம் பண்ண மட்டும்தான் சோம்பேறி சொத்துக்கள் பயன்பட வேண்டும் என்று அவசியமில்லை. ஐரோப்பிய நாடுகளுக்கு வேலை நிமித்தமாக வருபவர்கள் அங்கு தங்கள் மீட்டிங்குகளை வைத்துக்கொள்ள பிசினஸ் செண்டர்களை வாடகைக்கு எடுப்பார்கள். இதனால் அவர்களுக்குக் கூடுதல் செலவு என்பதை உணர்ந்த 'சிட்டிபாங்க்' மற்ற நாடுகளிலிருந்து ஐரோப்பா வரும் தங்கள் பிசினஸ் கஸ்டமர்களுக்கு தன் ஆபீஸ் கான்ஃபரென்ஸ் அறைகளை இலவசமாய் வழங்கிப் பயன்படுத்தச் சொல்கிறது. விஸ்தாரமான வசதி, வாடகை செலவு இல்லை என்பதால் சிட்டிபாங்க் கஸ்டமர்கள் மகிழ்ச்சி அடைவதோடு பாங்கைப்பற்றி நல்லவிதமாக நாலு பேரிடம் கூறவும் வைக்கிறது. சும்மா கிடக்கும் ஆபீஸ் ரூம் சங்கை ஊதுவதால் சிட்டிபாங்குக்குத்தான் எத்தனை மகிழ்ச்சி சத்தம் பாருங்கள்!

ஆயுத பூஜைக்கு முன் தினம் மட்டும் அலுவலகத்தைத் துடைத்துச் சுத்தம் செய்யாமல் அடிக்கடி உங்கள் தொழிலைப் பிரித்து மேய்ந்து தேடுங்கள். சோம்பேறித்தனம் இல்லாமல் சுறுசுறுப்பாகத் தேடுங்கள். தேடிய மாத்திரம் லேசில் தெரியாது. முக்கி முயன்றால் வருவாய் ஈட்டுத் தரும் திறனுள்ள சோம்பேறி சொத்துக்கள் கண்ணில் கண்டிப்பாய்ப் படும். கொஞ்சம் வித்தியாசமாகச் சிந்தியுங்கள். க்ரியேட்டிவாகத் தேடினால் புதைந்திருக்கும் புதையல் கண்ணில் படும். பட்டே தீரும்.

சமீபத்தில் அமெரிக்கா சென்று திரும்பியிருந்த என் நண்பர் மதுரை 'பார்க்வுட் கண்ணன்' அவர்களைச் சந்திக்க அவர் அலுவலகம் சென்றிருந்தேன். டிம்பர் தொழிற்சாலை, கோடவுன், அலுவலம் என்று எப்போதும் பரந்து விரிந்திருக்கும் அவர் வளாகம் அளவு குறைந்திருந்ததைக் கண்டு விசாரித்தேன்.

'எல்லாம் நான் பயணித்த 'எமிரேட்ஸ்' விமானம் கற்றுக்கொடுத்த பாடம்' என்று விளக்கினார்.

'முப்பது மணி நேர அமெரிக்க பயணம். நானூறு பேர் பயணிக்கும் விமானம். ஆனால் அனைவருக்கும் கேட்ட பானம் சில்லென்று தரப்படுகிறது. விரும்பிய உணவு சூடாகப் பரிமாறப்படுகிறது. அவசரத்துக்கு மருந்து மாத்திரை முதல் சௌகரியத்துக்கு பெட்ஷீட் போர்வை வரை சகலமும் சப்ஜாடாக கேட்டது கேட்ட மாத்திரம் தரப்படுவதைப் பார்த்து ஆச்சரியப்பட்டுப் போனேன்.'

'என்னதான் பெரிய சைஸ் ப்ளேன் என்றாலும் இத்தனை சாமான்களை எங்கு, எப்படி வைத்திருப்பார்கள் என்ற ஆச்சரியம். பணிப்பெண்ணைக் கேட்டேன். அவர் சிரித்துக்கொண்டே அழைத்துச் சென்று அவர்கள் அடுக்கி வைத்திருக்கும் பாங்கைக் காட்டினார். அசந்து போனேன். என் வீட்டு பீரோ சைஸ் இருக்கும் இடத்தில் அனைத்தையும் நேர்த்தியாக வைத்திருப்பதைப் பார்த்தபோது என் பிசினஸ் வளாகத்தை நான் வைத்திருந்த கண்றாவி நினைவுக்கு வந்தது.'

மதுரை திரும்பியவுடன் முதல் வேலையாக வளாகத்தைச் சீர்படுத்தி ஃபாக்ட்ரியை நேர்படுத்தினேன். பல காலம் குப்பையாய்க் கிடந்த பொருள்களைத் தூக்கி எறிந்தேன். கோடவுனில் சாமான்களைச் சிக்கனமாக அடுக்கினேன். முடித்துப் பார்த்தால் வளாகம் பாதிக்கு மேல் காலியாய் இருந்தது. அந்த இடத்தை வெள்ளையடித்து வாடகைக்கு விட்டேன். தொழிலில் சம்பாதிக்கும் லாபத்துக்கு இணையாக வாடகை வர பிசினஸ் கடனில் பாதியை அடைத்து விட்டேன்' என்றார்.

அவருக்குச் சோம்பேறி சொத்துக் கோட்பாட்டை விரிவாய் விளக்கினேன். அவர் செய்தது சாட்சாத் அதைத்தான் என்று கூறினேன்.

அவர் சிரித்துக்கொண்டே 'அண்ணே, நாம வேணா சோம்பேறியா இருக்கலாம், நம்ம சொத்தும் எதுக்கு கழுதை சோம்பேறியா இருக்கணும்' என்றார்.

வாஸ்தவமான பேச்சு!

21

கட்டுப்படுத்தப்பட்ட விழிப்புணர்வு குட்டிச்சுவராவதற்குக் குறுக்கு வழி

'**வாழ்**க்கை என்னும் ஹோட்டலில் பரிமாறப்படும் தகவல், மெனு கார்டைப் பார்த்து ஆர்டர் செய்த ஐடமாக இருப்பதில்லை' என்றார் உளவியலாளர் 'டான் கில்பர்ட்'. 'சண்டை போட்டுக் கேட்டதைப் பெறும் பழக்கம் இல்லாதவர்கள் அது போன்ற சந்தர்ப்பங்களில் சூழ்நிலைக் கைதியாகி வேண்டிய ஐடத்தைக் கேட்டுப் பெறாமல் போட்டதை ஏற்றுக்கொள்ளப் பழகிவிடுகின்றனர்' என்கிறார்.

ஹோட்டல் என்றால் பரவாயில்லை, ஏதோ வந்ததைப் பெற்றோம், வெந்ததைத் தின்றோம் என்று விட்டுவிடலாம். வியாபாரத்தில் சரியான தகவல் இல்லாமல், இருக்கும் தகவலைப் பெறாமல், பெற்ற தகவலை அலசாமல், அலசிய தகவலை மற்றவருடன் பங்கிடாமல் இருப்பதால்தான் முடிவுகள் தவறாகி, கம்பெனி தாறுமாறாகத் தறிகெட்டுப்போய்த் தள்ளாடித் தடம்புரள்கிறது.

கண்கட்டுப் போட்டதுபோல் மனம் முடிவெடுக்கத் தேவையான, எளிதில் கிடைக்கும் தகவலைப் பாராமல், பயன்படுத்தாமல், பங்கிடாமல் இருப்பதை 'கட்டுப்படுத்தப்பட்ட விழிப்புணர்வு' (Bounded Awareness) என்கிறார்கள் 'ஹாவர்ட் பல்கலைக் கழகத்தின்' 'மேக்ஸ் பாஸர்மேன்' மற்றும் 'டாலி சுக்'.

நேரமின்மை காரணமாக எடுக்கப்படும் அவசர முடிவுகள் அல்ல நாம் இங்கு பேசுவது. நேரம் இருந்தும், தகவல் இருந்தும், அதை அலசத் தேவையான அனைத்தும் இருந்தும் கடிவாளம் போட்ட கண்கள் அதைப் பாராமல், கட்டுண்ட சிந்தனை அதைக் கண்டுகொள்ளாமல் முடிவுகள் எடுக்கப்பட்டு அது தவறான பின்பு 'சே, தெரிஞ்சேஎப்படி தப்பு செய்தேன்' என்று நம்மை நாமே நொந்து கொள்கிறோமே அதுதான் கட்டுப்படுத்தப்பட்ட விழிப்புணர்வு.

முடிவெடுக்கும்போது இதன் தாக்கத்தை, உருவாகும் காரணத்தை அதற்கான தீர்வுகளை 'ஹாவர்ட் பிசினஸ் ரெவ்யூ'வில் Decisions with blinders என்ற கட்டுரையில் விரிவாக விளக்குகிறார்கள்.

தகவலைப் பார்க்காமல் இருப்பது

செய்யும் செயலில் கவனம் தேவைதான். ஆனால் அந்தச் செயலின் மீது அதீத கவனம் செலுத்தும்போது விழிப்புணர்வு பாதிக்கப் படுகிறது. அச்செயலை சைடிலிருந்து பாதிக்கும் சங்கடங்கள் நம் கண்களுக்குத் தெரிவதில்லை.

ஃபில்டர் காபி கம்பெனிகள் தங்கள் ப்ராண்டுகளை பராமரிப்பதி லேயே முழு கவனம் செலுத்தி வந்ததாலோ என்னவோ கூட்டுக் குடும்பங்கள் குறைந்து வீட்டில் பெரியவர்கள் இல்லாமல் இருப்பதை, பெண்கள் வேலைக்குப் போவதை, அதனால் பெருகும் நேரமின்மையால் ஃபில்டர் காபி போட முடியாமல் இன்ஸ்ட்ண்ட் காபிக்கு மாறி வருவதைக் கவனிக்கத் தவறினர். கவனித்தவை மட்டும் கவனத்தைக் கவர்ந்ததே ஒழியக் கவனத்தில் கொள்ள வேண்டியவை கவனக்குறைவால் கவனிக்கப்படாமல் போகப் பல ஃபில்டர் காபி ப்ராண்டுகள் இன்ஸ்ட்ண்ட் காபி ப்ராண்டுகளிடம் இன்ஸ்டண்ட்டாய் காணாமல் போயின!

எதிரே இருப்பதை மட்டும் பார்க்கப் பழகுவதால் எதிர்பாராததை எதிர்பார்க்கத் தவறுகிறோம். 'ஒன்றை அதிகம் பார்க்காமல் இருந்தால் அதுவே அதிகம் பார்க்க முடியாத ஒன்றாகிவிடும்' என்றார் அமெரிக்க நாவலாசிரியர் 'தாமஸ் வுல்ஃப்'!

சில நேரங்களில் விஷயங்களை அலசி ஆராய்ந்து முடிவெடுப்பதற்குள் மனம் தானாக ஒரு முடிவுக்கு வந்துவிடுகிறது. இது போன்ற தருணங்களில் சரியான முடிவெடுக்கத் தேவையான தகவலைக் கேட்டுப் பெற மறுக்கிறது. இதை 'உறுதிப்படுத்தல் சார்புநிலை' என்கிறார்கள் உளவியலாளர்கள்.

9/11 அமெரிக்காவில் நடந்த பயங்கரவாதத் தாக்குதலுக்கு சதாம்

ஹு‑சேன் கண்டிப்பாய் உதவியிருக்கவேண்டும் என்று அமெரிக்க அரசாங்கம் கருதியது. தங்கள் கருத்தை உறுதிசெய்யத் தேவையான தகவல்களைக் கேட்டுப் பெறக்கூடத் தோன்றாமல் தாங்கள் நினைத்தது சரியாகத்தான் இருக்கும் என்று உறுதியாக நம்பியது. பிற்காலத்தில் நடந்த நிகழ்வுகள் மூலம்தான் இந்த எண்ணம் தவறானது என்று தெரிந்தது என்று "Against all enemies' என்ற புத்தகத்தில் குறிப்பிடுகிறார் அப்போது பயங்கரவாத எதிர்ப்புத் துறையில் பணிபுரிந்த 'ரிச்சர்ட் க்ளார்க்.'

தகவலைப் பயன்படுத்தாமல் இருப்பது

தகவலைப் பார்க்காமல், தகவலைக் கேட்டுப் பெறாமல் சிந்தனை கட்டுண்டு கிடப்பது ஒருபுறமென்றால், கையில் கிடைத்த தகவலைக் கண்டுகொள்ளாமல், அதைப் பயன்படுத்தால் முடிவெடுத்துப் படுகுழியில் விழுவது இன்னொரு வகை வயித்தெரிச்சல்.

'ஃபேர் அண்டு லவ்லி' உபயோகிப்பவர்களில் குறிப்பிடும் படியான சதவீதத்தவர்கள் ஆண்கள் என்று பல்வேறு ஆய்வறிக்கை கள், மார்க்கெட் ரிசர்ச் ரிபோர்ட்டுகள் கூறியிருந்தாலும் அத்தகவலைப் பயன்படுத்தி ஆண்களுக்கு பிரத்யேகச் சிவப்பழுகு க்ரீம் ஒன்றை அறிமுகப்படுத்தவேண்டும் என்று அதன் கம்பெனி 'இந்துஸ்தான் யூனிலீவருக்கு' தோன்றாமல் போனது.

'இமாமி' அந்தத் தகவலைப் பயன்படுத்தி 'ஃபேர் அண்டு ஹாண்ட்சம்' என்ற ப்ராண்டை வெற்றிகரமாக அறிமுகப்படுத்திய பின்தான் விழித்துக்கொண்டு கண் கெட்ட பிறகு சூரிய நமஸ்காரம் செய்தது. தன் பங்குக்கு ஆண்களுக்கான சிவப்பழுகு ப்ராண்ட் ஒன்றை அறிமுகப்படுத்தியது. ஆனால் என்ன பிரயோஜனம்? ஃபேர் அண்ட் ஹேண்ட்சம் நாடு முழுவதும் சிவப்பாய் சிரிக்க யூனிலீவரின் புதிய ப்ராண்ட் சிரிப்பாய் சிரித்தது!

சமயத்தில் வெற்றியும் கண்ணை மறைத்துக் கட்டுப்படுத்தப்பட்ட விழிப்புணர்வில் கட்டுண்டு கிடக்கக் காரணமாகிறது. மெக்கானிகல் வாட்ச் தயாரிப்பில் ஸ்விட்சர்லாந்து நாட்டு கம்பெனிகள் கோலோச்சிய காலத்தில் 'க்வார்ட்ஸ்' தொழிற்நுட்பம் அதே நாட்டில் கண்டுபிடிக்கப்பட்டது. ஆனால் மெக்கானிகல் வாட்சுகள் தந்த வெற்றியின் மமதையில் இருந்ததாலோ என்னவோ க்வார்ட்ஸ் தொழிற்நுட்பத்தை ஸ்விஸ் கம்பெனிகள் சட்டை செய்யாமல் அதை மற்ற நாடுகள் தயாரிக்க விட்டுவிட்டன. க்வார்ட்ஸ் வாட்சுகளை மக்கள் பெருவாரியாக

ஏற்றுக்கொள்ள உலக வாட்ச் மார்க்கெட்டில் ஸ்விஸ் கம்பெனிகள் தங்கள் முன்னணி நிலையை இழந்தன.

தகவலைப் பகிர்ந்துகொள்ளாமல் இருப்பது

தகவலின் முக்கியத்துவம் அதைப் பயன்படுத்துவதில் மட்டுமல்ல, பிறரிடம் பகிர்ந்துகொள்வதிலும் உண்டு. கிடைக்கும் தகவல் தேவைப்படுகிறவரிடம் பகிர்ந்து கொள்ளப்படாமல் போவதால் எடுக்கப்படும் முடிவுகள் தவறாகிப் போகிறது. இதுவும் கட்டுப்படுத்தப்பட்ட விழிப்புணர்வின் கைங்கர்யமே.

அமெரிக்க 9/11 தாக்குதலை ஆராய அமைக்கப்பட்ட '9/11 கமிஷன்' தன் இறுதி அறிக்கையில் அமெரிக்க பாதுகாப்பு சம்பந்தப்பட்ட அனைத்துத் துறைகளிடம் தீவிரவாதிகள் பற்றித் தகவல்கள் சிறிய அளவேனும் இருந்தன என்கிறது. உள்நாட்டு பாதுகாப்புத் துறையான FBIயிடம் அமெரிக்காவில் தங்கியிருந்த தீவிரவாதிகள் பற்றிய தகவலும், விமானப் போக்குவரத்து நிர்வாகத்திடம் சந்தேகத்துக்குரிய நபர்கள் விமானப் பயிற்சி எடுத்து வரும் செய்தியும் இருந்திருக்கின்றன. CIA மற்றும் ஜனாதிபதி மாளிகையிடமும் கூடத் தகவல்கள் இருந்தனவாம். ஒவ்வொரு துறையும் தன்னிடமிருந்த தகவலை மற்ற துறையினரிடம் பகிர்ந்துகொண்டிருந்தால் பயங்கரவாதச் சதி திட்டத்தின் முழு வடிவம் தெரிந்து 9/11 என்ற கொடுமை நடக்காமலே கூடத் தடுத்திருக்கலாம் என்கிறது!

இதே கதைதான் 26/11 பம்பாய் பயங்கரத்திலும் நடந்திருக்க வேண்டும். ஒருமுறை பட்டுக்கொண்ட அமெரிக்கா அதிலிருந்து சுதாரித்து, எழுந்து கிடைத்த தகவல்களை ஒருங்கிணைக்கும் முயற்சிகளை மேற்கொண்டதால் அதன் பிறகு அங்கு எந்தப் பயங்கரவாதத் தாக்குதலும் நடைபெறவில்லை. நாம் இன்னமும் பாடம் பயிலாமல், கிடைத்த தகவலைப் பகிர்ந்துகொள்ளாமல் இருப்பதால்தான் இங்கு தினம்தோறும் தீவிரவாதிகளுக்குத் தலை தீபாவளி!

செய்யும் செயலில் ஆழ்ந்த கவனம் இருப்பது நல்லதுதான். ஆனால், முக்கியமான முடிவுகள் எடுக்கும்போது நிர்வாகிகள் கட்டுப்படுத்தப்பட்ட விழிப்புணர்வின் பாதிப்புக்கு உள்ளாகாமல் பாதுகாத்துக்கொள்வது முக்கியம். எடுக்கப்படும் முடிவு முக்கியத்துவம் வாய்ந்ததாக இருந்தால் தேவையான அனைத்துத் தகவலும் பெறப்பட்டதா, பார்க்கப்பட்டதா, பரிசீலிக்கப்பட்டதா,

பயன்படுத்தப்பட்டதா, பகிர்ந்துகொள்ளப்பட்டதா என்று பார்ப்பது பயன் தரும்.

அந்தக் கால பீம்சிங் 'ப' வரிசை படங்கள் போலப் பல 'ப'னாக்கள் இருந்தால்தான் போட்டி பின்னும் பிசினஸ் உலகில் பின்னிப் பெடலெடுத்து பிரகாசிக்க முடியும் என்பது புரிகிறதா!

22

படித்தது போதும்;
இந்த அத்தியாயத்தோடு தூங்கவும்

இப்புத்தகத்தில் இதுவரை நான் எழுதிய இருப்பத்தியோரு கட்டுரைகள் உங்கள் அறிவுக் கண்களைத் திறந்து விழிப்பை ஏற்படுத்தியதா என்று தெரியாது. ஆனால் இந்தக் கட்டுரை தூக்கத்தைப் பற்றியது. விழிப்புடன் வேலை செய்யச் செழிப்பாய்த் தூங்குவதன் அவசியம் பற்றியது. அதனால் தூங்காமல் கவனத்துடன் படிக்கவும்!

நம்மூரில் ஒரு கெட்ட எண்ணம் உண்டு. தூங்குபவன் சோம்பேறி, தூக்கத்தைத் துறந்து வேலை செய்பவனே உழைப்பாளி. இப்படிச் சொல்லியே தானாய் வரும் தூக்கத்தைக் கெடுத்துக் குட்டிச் சுவராக்கி நிம்மதியாக உறங்குவதையே ஒருவிதக் குற்ற உணர்ச்சியாக்கிச் சுகமாகச் செய்யவேண்டியதை யாருக்கும் தெரியாமல் போர்வையால் முகத்தை மூடிக்கொண்டு தூங்கும் அளவுக்குத் தள்ளியிருக்கிறது.

உழைக்கிறேன் பேர்வழி என்று சரியாகத் தூங்காமல் இருப்பது கற்றுக்கொள்ளும் திறனைக் குறைத்து, தேவைக்கு அதிகமாக உணர்ச்சிவசப்படவைத்து, நெஞ்சில் படபடப்பை அதிகப்படுத்தி மொத்தத்தில் மூளையை மழுங்கச் செய்து அதன் ப்ரொடக்டி விடியைக் குறைக்கிறது என்று கண்டுபிடித்திருக்கிறார்கள்.

இது தெரியாமல் உறங்காமல் உழைப்பதைப் பெருமைப்பட வேண்டியதாக்கி அதுவே அதிகச் செயல்திறன் என்று தவறாக நினைக்க வைத்துத் தூக்கமில்லா உழைப்பு ஒரு கார்ப்பரேட் கலாசாரம் ஆகிவிட்டது. இதனாலேயே பலர் தினம் 12 கப் காபி குடித்து 18 மணி நேரம் உழைக்கிறேன் என்று மார்தட்டி 3 மணி நேரம் மட்டும் தூங்குகிறார்கள். கச்சா எண்ணெய்க்கு அடுத்து காபிதான் அதிகம் விற்கிறது என்றால் நாம் எப்படி கச்சா எண்ணெய் போல் வாழப் பழகிவிட்டோம் என்பதை நினைத்துப் பாருங்கள்.

கம்ப்யூட்டர் ஹாங் ஆகிவிட்டால் அதை ரீபூட் செய்கிறோம் இல்லையா. அதைப்போல்தான் மனித மூளைக்கும் செய்ய வேண்டும் என்கிறார்கள் ஆய்வாளர்கள். ஆயிரம் வேலை தலைக்கு மேல் உட்கார்ந்து மென்னியை முறிக்கும்போது மூளையும் எண்ணங்களும் ஆஃப் ஆகி ஆன் ஆக மாட்டேன் என்று அடம்பிடிக்கிறது பாருங்கள், அப்போது ஒரு சின்னத் தூக்கம் போட்டால் மூளை ரீபூட் ஆகி ஐரூராய் ஐபர்தஸ்த்தாய் ஜாலியாய் வேலை செய்யுமாம்.

Proceedings of the National Academy of Sciences என்ற அமைப்பு கனவுடன் கூடிய தூக்கம் மனதில் பதிந்திருக்கும் பல்வேறுபட்ட தகவல்களை ஒருங்கிணைக்க வைத்துப் புதுமையாய்ச் சிந்தித்து புதிய விடைகளைக் கண்டுபிடிக்கவைக்கும் என்று ஆராய்ந்து கூறியிருக்கிறது. நல்ல தூக்கம் நினைவாற்றலைக்கூட அதிகரிக்குமாம்.

தூக்கம் என்றால் இரவில் படுத்து மறுநாள் மதியம்வரை தூங்கி வீட்டில் உள்ளவர்கள் தலைமாட்டில் ஊதுவத்தி ஏற்றி ஊருக்குத் தகவல் தரவேண்டுமோ என்று நினைக்கும் அளவுக்குத் தூங்க வேண்டும் என்றில்லை. கிடைத்த கேப்பில் ஆறு நிமிட தூக்கம் கூடப் போதுமாம். இதை மைக்ரோ நேப் என்கிறார்கள்.

நான்கு ஐந்து நாட்கள் தொடர்ந்து சராசரி 4 மணி நேரம் மட்டும் தூங்கினால் இருபத்தி நான்கு மணி நேரம் தொடர்ந்து தூங்காமல் இருப்பதற்குச் சமம். தூக்கமின்மை சிந்திக்கும் திறனைக் குறைத்துச் சரக்கடித்தால் ஏற்படுமே அந்தக் கிறுகிறுப்புக்குச் சமம். இப்படிப் பத்து நாள் தொடர்ந்து செய்தால் 48 மணி நேரம் தொடர்ந்து தூங்காமல் இருப்பதுபோல் இருக்கும். இதனால் மூளை செயல்பாடு பாதிக்கப்பட்டு முடிவெடுக்கும் திறன் முடக்கப்பட்டு, பதிலளிக்கும் நேரம் நீட்டப்பட்டு, பிரச்னை தீர்க்கும் திறன் கெடுக்கப்படுகிறது.

துக்கம் நிறைந்த வாழ்க்கையைக்கூட வாழலாம்; தூக்கமில்லா வாழ்க்கை ரொம்பவே துயரமானது. இனிமேலாவது தூங்காமல் உழைப்பதே சிறந்தது என்று அப்பாவியாய் நினைக்காமல் கொட்டாவி வந்த மாத்திரம் தூக்கத்தோடு மல்லுக்கட்டாமல் மல்லாக்கப் படுத்து மற்றதை மறந்து சொப்பனத்தோடு செளக்கியமாய் உறங்குங்கள். அறிவு சார்ந்த இன்றைய பொருளாதாரத்தில் விழிப்புடன் செயல்படத் தூக்கமே அத்தியாவசியம் என்பதை உணருங்கள்.

தூக்க மேட்டரில் தலைசிறந்த நிபுணர் 'ஹாவர்ட் மெடிகல் ஸ்கூல்' சேர்ந்த Dr. Charles Czeisler. கம்பெனி நிர்வாகங்கள் தங்கள் மற்றும் கம்பெனி ஊழியர்கள் செயல்பாட்டை உயர்த்த நினைத்தால் தூக்கத்தை உதாசீனப்படுத்தாமல் அதன் முக்கியத்தை உணரவேண்டிய தருணம் வந்துவிட்டது என்கிறார்.

விடுமுறை பாலிசி, மெடர்னிடி பாலிசி என்று கம்பெனிகள் வகுத்திருப்பதைப்போல் ஸ்லீப்பிங் பாலிசி ஒன்றை வகுத்துக் கொண்டாலும் தப்பில்லை என்கிறார். எந்தக் காரணம் கொண்டும் யாரும் பன்னிரண்டு மணி நேரங்களுக்கு மேல் உழைக்காமல் பார்த்துக்கொள்ளவேண்டும். ஒவ்வொரு இருபத்தி நான்கு மணி நேரத்துக்கும் அனைவருக்கும் தொடர்ந்த பதினோரு மணி நேர ஓய்வு கட்டாயம் தரவேண்டும். யாரும் வாரத்துக்கு அறுபது மணி நேரத்துக்கு மேல் உழைக்கக்கூடாது. எக்காரணம் கொண்டு கண்டிப்பாக வாரத்துக்கு என்பது மணி நேரத்துக்கு மேல் உழைக்கவே கூடாது.

அப்படி ரெகுலராய் உழைத்தால் என்ன ஆகும் என்று கம்பெனி முதலாளி அல்லது சீயிஓ தெரிந்துகொள்ள விருப்பப்பட்டால் தங்கள் கார் ட்ரைவரை வாரத்துக்கு எண்பது மணி நேரம் ஓய்வில்லாமல் வண்டி ஓட்டச் சொல்லாம். எதற்கும் உயில் எழுதிவிட்டு இதைச் செய்து பார்ப்பது உசிதம்!

சூப்பர்வைசர்கள் முதல் நிர்வாகம் வரை அனைவருக்கும் தூக்கம் மற்றும் Fatigue Management பயிற்சிகள் கண்டிப்பாய் அளிக்கப்பட்டு அவர்கள் கீழ் வேலை செய்பவர்களை அவர்கள் ஊக்கப்படுத்த அறிவுறுத்தவேண்டும். கம்பெனி நிர்வாகமும் ஊழியர்களும் தேவைப்படும் உறக்கத்தைப் பெற்றுத் துடிப்புடன் வேலைசெய்யத் தேவையான ஓய்வு கிடைக்கும் வகையில் கம்பெனி செயல்திட்டங்கள் வகுக்கப்படவேண்டும் என்கிறார் Czeisler.

பல கம்பெனிகள் இப்போதெல்லாம் Pro-napping Policy ஒன்றையே வகுத்து வைத்திருக்கின்றன. 'கூகுள்' தன் ஆபீஸில் தூங்குவதற்குத் தனி ரூம்களை கட்டித் தந்திருக்கிறது. பல கம்பெனிகள் Flexible Work Policy வைத்திருக்கின்றன. கொடுக்கும் வேலையை நேரத்தில் செய்து முடிக்கவேண்டும் என்பதுதான் முக்கியமே ஒழிய அதை எப்படி, எவ்வாறு, எங்கு, எப்போது செய்து முடிப்பது என்பதை ஊழியர்கள் சௌகரியத்துக்கு விட்டுவிடுகிறார்கள்.

பல கம்பெனிகள் ஊழியர்களின் வேலை திறனை அதிகரிக்கக் கோடிக்கணக்கில் செலவு செய்கின்றன. ப்ரடொக்டிவிடியை அதிகப்படுத்தும் தூக்கத்தைச் சரியான அளவு கிடைக்கும்படிச் செய்தால் அதுவே ஒரு பெரிய மாற்றத்தை ஏற்படுத்தும்.

இதையெல்லாம் செய்ய முடியுமா, பலன் தருமா என்று மலைக்காமல் கம்பெனியின் ஒரு பிரிவில் மட்டும் இதைப் பரீட்சார்த்த முறையில் செயல்படுத்திப் பார்க்கலாம்.

கம்பெனி பாலிசி ஒரு பக்கம் இருக்கட்டும். நமக்கு நாமே ஒரு தூக்க பாலிசி வைத்துக்கொள்வது நல்லது. சரியாய்த் தூங்காமல் மீட்டிங்கில் கொட்டாவி விட்டு நம் செயல்திறனில் பாதியை மட்டும் பிரயோகித்து அதை ஈடுகட்ட இரட்டிப்பு நேரம் செலவழிப்பது எதற்கு. அதற்குப் பதில் நன்றாக உறங்கி ஃப்ரெஷ்ஷாக வேலை செய்தால் பாதி நேரத்தில் இரட்டிப்புச் செயல்திறன் காட்டலாமே.

நீல ஒளியோடு இயங்கும் செல்ஃபோன், லேப்டாப், டேப்ளட் போன்ற எல்இடி கருவிகள் மூளையில் கார்டிசால் என்ற சமாச்சாரத்தை அதிகப்படுத்தித் தூங்குவதற்குத் தேவையான மெலடோனினைக் கட்டுப்படுத்துகிறதாம். படுக்கும் வரை இவற்றுடனேயே நாம் அதிகம் குடும்பம் நடத்துவதால்தான் தூங்க அவதிப்படுகிறோமாம். தூங்குவதற்கு ஒரு மணி நேரம் முன்பு இந்தக் கண்றாவிகளை அணைத்துத் தொலையுங்கள் என்கிறது National Sleep Foundation என்ற அமைப்பு.

தூக்கத்தைப்பற்றிப் பேச இன்னமும்கூட நிறைய விஷயம் இருக்கிறது. ஆனால் பாருங்கள், எனக்கு தூக்கம் வருகிறது. அடுத்த புத்தகத்தில் சந்திப்போமே.

குட் நைட்!

23

பிசினஸ் டிப்ஸ்: ஒரு ரத்தினச் சுருக்கம்

தத்துவம்: ஐன்ஸ்டெலங் விளைவு

விளக்கம்: ஏற்கனவே பதிலளித்த கேள்விகள்போல அடுத்த கேள்வி இருந்தால் பழைய அணுகுமுறை இதற்கும் பொருந்தும் என்று நினைப்பது

உதாரணம்: சர்ஃப் நிர்மாவை எதிர்கொண்ட விதம்

தத்துவம்: ஓவர் கான்ஃபிடன்ஸ்

விளக்கம்: உள்ளுணர்வுக்கு தரும் முக்கியத்துவம், அது சரியாக இருக்குமென்று அதன்மீது வைக்கும் அதீத நம்பிக்கை

உதாரணம்: ப்ரீமியம் ப்ராண்ட் விலையைக் குறைத்து விற்க முயன்று அதை சீப்பாக்குவது

தத்துவம்: மட்டுப்படுத்தப்பட்ட பேச்சு

விளக்கம்: சொல்ல நினைப்பதை அப்படியே சொல்லாமல் சர்க்கரை தடவி, குழைந்து அதன் அர்த்தம் அவசரத்தைப் புரியவைக்காமல் வழவழ கொழகொழாவென்று பேசுவது

உதாரணம்: விவாதிக்கப்படும் புது உத்தி தவறு என்று தெரிந்தும் அதை முழுவதும் விளக்காமல் இருப்பது

தத்துவம்: *அறிவின் சாபம்*

விளக்கம்: ஒரு விஷயத்தைப் புரிந்துகொண்ட பின் அது தெரியாமல் இருந்த மனநிலையை மீண்டும் நினைக்காமல் இருப்பது

உதாரணம்: தட்டுபவர்-கேட்பவர் கதை

தத்துவம்: *கமாண்டர்ஸ் இண்டெண்ட்*

விளக்கம்: பணி முடிவடையும்போது போர்க்களம் எப்படி இருக்கும் என்பதைப் படைத் தளபதி கற்பனை செய்திருக்கும் வழியை மட்டும் விவரிப்பது

உதாரணம்: பாகிஸ்தான் மீதான சர்ஜிகல் ஸ்ட்ரைக்

தத்துவம்: *ஸ்டெரையில் காக்பிட்*

விளக்கம்: முக்கிய தருணங்களில் அத்தியாவசியப் பேச்சைத் தவிர வேறேதும் பேசாமல் இருப்பது

உதாரணம்: மீட்டிங் நடக்கிறது, நோ டிஸ்டர்பன்ஸ் போர்டு

தத்துவம்: *வருங்காலப் பின்னறிவு*

விளக்கம்: திட்டமிடும் விஷயம் முடிந்தது என்று பாவித்து என்ன, எப்படி, எதனால் நடந்திருக்கும் என்று கண்டறிவது

உதாரணம்: கல்லறை வாக்கியமும் கம்பெனி வருங்காலமும்

தத்துவம்: *சிரிப்பது சீரியஸ் மேட்டர்*

விளக்கம்: ஆபீஸில் நகைச்சுவை உணர்வு நிரம்பி, ஜாலியான சூழல் ததும்பி, கலகலவென்று இருப்பது

உதாரணம்: Zifo R&D Solutions

தத்துவம்: *பிரகாசமான பகுதி*

விளக்கம்: குறைகளை நிவர்த்தி செய்ய அதை ஒதுக்கி நிறைகளைத் தேடிப் பிடிக்கும் சூட்சுமம்

உதாரணம்: லாவெண்டர் ப்ளவுஸ்

தத்துவம்: *சரிபார்ப்புப் பட்டியலறிக்கை*

விளக்கம்: தேவையான சரிபார்ப்புப் பட்டியல் தயாரித்து அதன்படிப் பணி நடக்கிறதா என்று பார்ப்பது

உதாரணம்: போயிங் மாடல் 299 விமானம்

தத்துவம்: குழு நினைப்பு

விளக்கம்: குழுவாகச் சேர்ந்து முடிவெடுக்கையில் பலர், ஒத்துக்கொள்ளக் காட்டும் கவனத்தைச் சரியான முடிவெடுப்பதில் காட்டத் தவறுவது

உதாரணம்: அமெரிக்காவும் க்யூபாவும்

தத்துவம்: பீக்-எண்ட் விதி

விளக்கம்: அனுபவத்தில் பெற்ற சிறந்த, கெட்ட தருணம் மற்றும் அனுபவ முடிவில் நடந்த விஷயத்தை மட்டும் கவனிப்பது

உதாரணம்: ஹனிமூன் அனுபவம்

தத்துவம்: முதல் நாள் அனுபவம்

விளக்கம்: அனைவருக்கும் வாழ்க்கையில், ஆபீஸில் தேவை ஸ்பெஷல் தருணங்கள்

உதாரணம்: பூங்கொத்தோடு புது நபருக்கு வரவேற்பு தாருங்கள்

தத்துவம்: தெரிந்தவர்களோடு சேர்ந்து சிரிப்பது

விளக்கம்: சிரிப்பு ஹாஸ்யத்தைவிட உறவுகள் சம்பந்தப்பட்டது

உதாரணம்: சிரிப்பது ஒரு சமூக நடத்தை

தத்துவம்: கவனப் பற்றாக்குறை பண்பு

விளக்கம்: பணிச் சூழலில் சிக்கி மூளைச்சுமை அதிகமாகி பரபரப்புடன் பைத்தியம் பிடித்ததுபோல் தவிப்பது

உதாரணம்: அஷ்டாவதானி அல்ல, கஷ்டாவதானி

தத்துவம்: உளவியல் பாதுகாப்பு

விளக்கம்: அணியில் ஓபன்னெஸ் வளர்த்து அங்கத்தினர்கள் ஃப்ரீயாக, பயமில்லாமல் தங்கள் எண்ணங்களைப் பரிமாறும்படிச் செய்வது

உதாரணம்: மருத்துவமனை டீம்கள்

தத்துவம்: ப்ரேக் அவுட் சீக்வென்ஸ்

விளக்கம்: மன அழுத்தம் அதிகரிக்கும்வரை நம் திறன் கூடி ஒரு அளவை கடந்த பின் அது சரிகிறது

உதாரணம்: ஆர்கிமிடீஸ் குளிக்கும்போது ஐடியா வந்து ஒட்டுத்துணியில்லாது ஓடியது

தத்துவம்: மனிதத் தருணங்கள்

விளக்கம்: இன்றைய அவசர உலகுக்கு அவசியம் தேவை

உதாரணம்: High tech requires high touch

தத்துவம்: ரேபிட் வழிமுறை

விளக்கம்: முடிவெடுப்பதில் முக்கிய பங்கு வகிப்பவர்கள் செயல்பட வேண்டிய முறை, தேவையான தகுதி

உதாரணம்: முடிவெடுக்கும் முறை

தத்துவம்: சோம்பேறி சொத்துக்கள்

விளக்கம்: தூங்கும் வருவாய் ஈட்டித் தரும் விஷயங்களைத் தட்டி எழுப்பிப் பணம் பண்ணுவது

உதாரணம்: மதுரை நண்பரின் அனுபவம்

தத்துவம்: கட்டுப்படுத்தப்பட்ட விழிப்புணர்வு

விளக்கம்: கண்ணைக் கட்டியதுபோல் முடிவெடுக்கத் தேவையான, எளிதில் கிடைக்கும் தகவலைப் பாராமல், பயன்படுத்தாமல், பங்கிடாமல் இருப்பது

உதாரணம்: அமெரிக்க 9/11 தாக்குதல்

தத்துவம்: தூங்குவதும் சீரியஸ் மேட்டரே

விளக்கம்: சரியாய்த் தூங்காதது கற்கும் திறன் குறைத்து, அதிகமாக உணர்ச்சிவசப்படவைத்து, படபடப்பை அதிகப்படுத்தி நம் ப்ரொடக்டிவிட்டியைக் குறைக்கிறது

உதாரணம்: கம்பெனிகளில் தூக்க பாலிசி

9 789351 350248